शोभायात्रा

शफाअत खान यांची इतर नाटके

राहिले दूर घर माझे

पोपटपंची

गांधी आडवा येतो

शोभायात्रा

शफाअत खान

पॉप्युलर प्रकाशन, मुंबई

शोभायात्रा
(म -८८५)
पॉप्युलर प्रकाशन
ISBN 978-81-7185-727-2

SHOBHAYATRA
(Marathi : Play)
Shafaat Khan

पहिली आवृत्ती : २००२ / १९२३
पुनर्मुद्रण : २०१८ / १९४०

प्रकाशक
हर्ष भटकळ
पॉप्युलर प्रकाशन प्रा. लि.
३०१, महालक्ष्मी चेंबर्स
२२, भुलाभाई देसाई रोड
मुंबई ४०००२६

अक्षरजुळणी
अभिषेक एन्टरप्रायझेस
बोरिवली (पूर्व)
मुंबई ४०० ०६६

रुक्सानास —

तिच्या दहशतीमुळे, मला आळस
झटकून अधून मधून लिहावं लागतं.

'शोभायात्रा' या नाटकाचा पहिला प्रयोग ''श्री चित्रचित्रलेखा'' या संस्थेतर्फे दि. २ मे ९९ रोजी संध्याकाळी ४ वाजता दामोदर हॉल, परळ येथे सादर करण्यात आला.

दिग्दर्शक	गणेश यादव
नेपथ्य-वेशभूषा	प्रदीप मुळये
संगीत	अशोक पत्की
प्रकाश	सिराज खान
रंगभूषा	शरद सावंत
सहाय्य	हेमंत प्रभू, पुंडलिक सानप, उल्हास सुर्वे
सूत्रधार	प्रकाश सावंत
निर्माती	पुष्पा राऊत

पहिल्या प्रयोगात सहभागी झालेले कलावंत—

झाशीची राणी, बाई	विदुला मुणगेकर
बाबू गेनू, बाबू	हृषिकेश जोशी
गांधी, बापट	नंदू माधव
सुभाषबाबू, जाधव	सयाजी शिंदे
टिळक, प्राध्यापक	विश्वास सोहोनी
नेहरू, सबनीस	पुष्कर श्रोत्री
पावलस	रवी काळे
छोट्या	श्रीधर पाटील
बार्बी	पल्लवी वालिया
बाहेरून डोकावणारा गुंड :	अमोल देवडा

'शोभायात्रा'च्या निमित्ताने राजीव नाईक ह्यांच्याशी गप्पागोष्टी

नाटक सुचतं म्हणजे काय होतं? कसा लिहितोस?

सुचण्याची प्रक्रिया फार गुंतागुंतीची आहे. ती सहज उलगडून दाखवता येणं कठीण आहे, शिवाय प्रत्येक नाटकाची सुचण्या-लिहिण्याची प्रक्रिया वेगळी असू शकते. लिहून झाल्यावर अनेक वेळा काही ठरवलेलं, ठरलेलं नसताना अचानक हे सगळं आलं कुठून असा प्रश्न मलाही पडतो, पण प्रत्येक वेळेला त्याचं उत्तर सापडेलच असं नाही.

काही वेळा धागे-दोरे हाती लागल्यासारखे वाटतात, पण शेवटी तेही खरं असेलच असं नाही. मनात (नेणिवेत) अनेक महत्त्वाच्या, बिनमहत्त्वाच्या, प्रत्यक्ष अनुभवलेल्या, पाहिलेल्या, वाचलेल्या, ऐकलेल्या गोष्टी साठून राहतात. काही माणसं, काही प्रसंग, घटना, दृश्यं, लोकेशन्स (गाव, मंदिर, वाडा, वेटिंग रूम वगैरे...) काही वाक्यं, कवितेची ओळ, चित्र अशा असंख्य गोष्टी आत दडून बसलेल्या असतात. आतल्या आत त्यांची सरमिसळ होऊन एक अद्भुत जग निर्माण झालेलं असतं. ते जग आपल्या आत सुरक्षित असतं. आपल्याबरोबरच ते वाढत जातं. आत दडलेली माणसं सुटकेसाठी हाका मारत असतात. आतल्या त्यांच्या हाका ऐकू यायला, ती माणसं पूर्ण कळायला आधी आपली वाढ व्हावी लागते.

मी आज प्रत्यक्ष जगत असताना, वास्तवाला सामोरा जात असताना वेगवेगळे अनुभव घेतो, या जगण्याचा अर्थ लावू पाहतो— हे जगणं समजावून घेऊ पाहतो. स्वतःलाच समजावून घेण्यासाठी, तपासून बघण्यासाठी मी लिहीत राहतो. स्वतःला समजावण्यासाठी, धीर देण्यासाठी, स्वतःचे अनुभव शेअर करण्यासाठी मला लिहिण्याची गरज वाटू लागते.

बाहेरच्या एखाद्या गोष्टीने, घटनेने अस्वस्थ होऊन मी लिहायला बसतो तेव्हा सुरुवातीला सारं अस्पष्ट, अंधूक असतं. एखाददुसरं पात्र, एखादी घटना, स्थळ, एखादी प्रतिक्रिया, विचार किंवा रिलेशनशिप— अशी कुठूनतरी सुरुवात होते. वीस-पंचवीस पानं चाचपडण्यात जातात. हे सर्व काय आणि कशासाठी ते कळत नाही. मग अचानक आत दडून बसलेलं जग कागदावर उतरायला लागतं. माणसं आकार घेऊ लागतात. तसा प्रत्यक्ष आजच्या जगण्याशी संबंध नसलेले आतले लोक कागदावर आपलं आजचं

जगणं उभं करायला मदत करतात. दिशा दिसायला लागते. नाटक स्पष्ट व्हायला लागतं. आणि सगळ्यात महत्त्वाचं म्हणजे मी कशामुळे अस्वस्थ झालो आणि नाटक लिहायला बसलो हे माझं मला कळायला लागतं. अनेक स्तर, पदर उलगडायला लागतात. आजचं वास्तव, आजचं जगणं कागदावर मांडायला माझ्या नकळत माझ्या आत दडून बसलेलं अद्भुत जग माझ्या मदतीला येतं. मला वाटतं, हे जेव्हा आतलं जग आणि बाहेरचं वास्तव याची संगती लागते, एकमेकांशी तसा तडक संबंध नसलेल्या दोन जगांचा सांधा जुळतो तेव्हा अचानक त्या दोन जगांतलं नातं नव्याने लक्षात येतं आणि आपल्याला सुचल्यासारखं वाटतं.

आतलं जग जेवढं मोठं, समृद्ध, अद्भुत असेल तेवढं नाटक खोल उतरेल. शेवटी हे सगळं शब्दांत मांडणं कठीण आहे. तरीही सुचण्या, लिहिण्याची प्रक्रिया म्हणजे काहीतरी गूढ आहे, हा सारा दैवी चमत्कार आहे असं समजण्याचं कारण नाही.

मला आतून गरज वाटल्याशिवाय मी नाटक लिहीत नाही. दोन दोन वर्षं मला लिहावंसं वाटत नाही. आत साठत जातं— अस्वस्थता वाढत जाते, काहीतरी निमित्त होतं आणि लिहावंसं वाटायला लागतं. निमित्त फार मोठं लागत नाही. रेल्वेतून जाताना तारेवर बसलेले कावळे दिसतात आणि 'मुंबईचे कावळे' लिहून होतं. ऐतिहासिक पोशाख चढवलेला मित्र हाक मारतो आणि 'शोभायात्रा' लिहावंसं वाटतं. एखाद्या क्षुल्लक गोष्टीनेही टाचणी टोचली जाते आणि आत साठलेलं भळाभळा बाहेर येतं. प्रतिकांचा विचार करून हिशेबी मांडणी केलेली नाटकं मला आवडत नाहीत. अमूक पात्र म्हणजे अमक्याचं प्रतीक असं ठरवून नाटक बेतता येईल, पण ते जिवंत, रसरशीत वाटणार नाही. मुळात पात्रं खरीखुरी जिवंत हवीत. त्या जिवंत पात्रांच्या गोष्टीत, गोष्टीपल्याडच्या अनेक गोष्टी सुचवण्याची शक्ती असते. नाटक जिवंत, रसरशीत असेल तरच वास्तवा पलीकडचं अदृश्य वास्तव सुचवण्याची ताकद त्यात असते. स्वतःच्या सोयीसाठी नाटककाराने बाहुल्या नाचवू नयेत.

जाणिवेतनं काही येतं आणि नेणिवेतनं काही येतं. समजा गमतीत म्हटलं की टक्क्यात सांग तर...

साठ-चाळीस म्हणायला काही हरकत नाही, पण पुन्हा नाटकाप्रमाणे ही टक्केवारी बदलणार. काही वेळा जाणीवपूर्वक ठरवून केलेल्या गोष्टी जास्त असू शकतील. अनेकदा सर्व ठरवून लिहीत असतानाही, अनेक न ठरवलेल्या गोष्टी नाटकात घुसतातच. अनेक वेळा पात्रं वेगळंच बोलू लागतात, वेगळेच वागू लागतात, वेगळेच निर्णय घेऊ लागतात. हे त्यांचे वेगळे निर्णय पुन्हा नाटकाला वेगळ्याच दिशेने घेऊन जातात, आणि अनेक वेळा मी ठरवलं होतं त्यापेक्षा हे जास्त बरं आहे, मला जे सांगायचं आहे ते या पद्धतीने अधिक परिणामकारक होईल असं वाटायला लागतं. तेव्हा आपण टक्केवारीच्या भानगडीत न पडलेलं बरं.

कारागिरीच्या मुद्द्याबाबत...

कारागिरीला आपण कसब म्हणू, कारण तो शब्द कमी प्रतीचा वाटतो.

प्रतिभा आणि कसब ही कित्येकदा एकत्रच नांदताना दिसतात. उदाहरणार्थ, तेंडुलकर. तुझ्या लिखाणाबाबतही मला दोन्ही गोष्टी हातात हात घालून जातात असं वाटतं. 'भूमितीचा फार्स'मधल्या कथानकाची जी रचना आहे...

मी मुळात रंगभूमीवर वेगवेगळ्या भूमिकेतून वावरलेलो आहे. नाटकांतून कामं केली, संस्था चालवली, बॅकस्टेज केलं, नेपथ्य-प्रकाशयोजनाही करून बघितली. नाटकांची निर्मिती केली, नाटकं लिहिली आणि दिग्दर्शितही केली. भरपूर नाटकं बघितली, वाचली. रंगभूमीविषयी सतत वाचत, ऐकत, बोलत राहिलो. त्यातूनच मी नाटककार म्हणून घडत गेलो. रंगभूमीचं, नाटकाचं व्याकरण कळत गेलं. त्या काळातच माझ्या नकळत मी क्राफ्ट शिकत गेलो. भरपूर नाटकं बघून त्यावर वाद घातल्यामुळे नाटकात काय करू नये हे कळलं. एकदा रंगभूमीचं सामर्थ्य आणि मर्यादा कळल्या की आपल्या वेगळ्या नाटकाचा शोध घेणं सहज शक्य होतं.

माझ्याकडे वेगळी दृष्टी असेल, आजच्या जगण्याचं, काळाचं भान असेल तर माझी शैली, रचनाही वेगळीच असणार. माझी गोष्ट वेगळी असेल किंवा जुन्याच गोष्टीतून मी काही वेगळं सुचवू पाहत असेन तर माझी गोष्ट सांगण्याची पद्धतही बदलणार. कसब असेल तर गोष्टींची मोडतोड करता येणं शक्य होतं, कसब असेल तर पारंपरिक नाटकाच्या चौकटी मोडण्याचं सामर्थ्य प्राप्त होतं. कसब असेल तर आपल्या वेगळ्या अनुभवांसाठी नव्या रंगभाषेचा शोध घेता येतो. क्राफ्टचा भाग नाटकात महत्त्वाचा असतोच. लेखन कितीही उत्स्फूर्त असलं तरी नाटकात रचनेचा भागही तेवढाच महत्त्वाचा असतो. नाटक रचलेलं असलं तरी ते खरं जिवंत वाटलं पाहिजे. सहज प्रेक्षकांच्या डोळ्यांसमोर उलगडत गेलं पाहिजे. लेखकाकडे सांगण्यासारखं कितीही महत्त्वाचं असलं तरी त्याला नाटकाची क्राफ्ट माहीत नसेल तर चांगलं नाटक रचता येणार नाही. तुमचं नाटक कोणत्याही प्रकारचं असो, म्हणजे एक गोष्ट सांगून लोकांचं रंजन करणारं नाटक असेल किंवा एखाद्या गोष्टीचा प्रचार करणारं, प्रेक्षकांना काही शिकवू पाहणारं रस्ता नाटक असेल किंवा एखादा वेगळा अनुभव खूप वेगळ्या पद्धतीने मांडणारं प्रायोगिक नाटक असेल, उद्देश काहीही असू दे— आधी ते नाटक असलं पाहिजे, आणि ते खरं नाटक असेल तरच त्याचा प्रेक्षकांवर परिणाम होईल. क्राफ्ट असेल तरच नाटक लिहिता येईल. वेगवेगळ्या पात्रांनी वेगवेगळ्या ठिकाणी उभं राहून म्हटलेले संवाद किंवा नटाने म्हणून दाखवलेले लेखकाचे विचार म्हणजे नाटक नव्हे, त्याचा प्रेक्षकांवर काहीही परिणाम होत नाही.

आता आपण 'शोभायात्रा'कडे येऊया.

'शोभायात्रा'च्या लेखनाची प्रक्रिया थोडीशी वेगळी आहे. बेसिकली ते एक कमिशण्ड रायटिंग होतं. कोणीतरी मला विषय देऊन नाटक लिहायला सांगितलं होतं आणि मी हो म्हणून बसलो होतो. त्यामुळे इथं प्रोसेस वेगळी आहे. लिहिण्यापूर्वी मी बराच विचार केला. बऱ्याच नोट्स काढल्या, ह्याची व्यवस्थित रचना कशी असेल हे मनाशी पक्कं केलं आणि मग लिहायला बसलो.

स्वातंत्र्याला पन्नास वर्षं पूर्ण झाल्याबद्दल 'वेस्ट झोन कल्चरल सेंटर'तर्फे सिल्वासा इथं नाटककारांची एक कार्यशाळा आयोजित केली गेली होती. अनेक राज्यांतले नाटककार जमले होते. सुवर्ण महोत्सवानिमित्त आठवड्याभरात नाटक लिहावं अशी कल्पना होती! मी निमंत्रण स्वीकारलं तेव्हा डोक्यात काहीच नव्हतं. इतर नाटककारांना भेटता येईल, ते काय विचार करतात हे बघता येईल, एवढाच विचार करून मी होकार कळवला होता. नाटककारानं स्वतःच्या प्रांतात, राज्यात, स्वातंत्र्य चळवळीत महत्त्वाची कामगिरी बजावलेल्या एखाद्या नेत्यावर नाटक रचावं एवढीच आयोजकांची माफक अपेक्षा होती. हे असं काम मी कधी केलं नव्हतं, ते मला झेपण्यासारखं नव्हतं. पण मी हो म्हणून बसलो होतो. काहीतरी लिहिणं गरजेचं होतं. काही सुचलं नाही तर सगळ्यांसमोर जाहीर नाचक्की होणार, बदनामी होणार या विचारानं मी घाबरून गेलो. कागद घेऊन रेघोट्या मारत, चित्र काढत बसलो. आणि अचानक सुचल्यासारखं वाटलं...

काही दिवसांपूर्वी सुवर्ण महोत्सवानिमित्तच ऑगस्ट क्रांती मैदानावर एक भव्य कार्यक्रम व्हायचा होता. ह्या कार्यक्रमाच्या तालमी चालू होत्या. पुरू बेर्डे, वामन केन्द्रे असे माझे काही मित्र कार्यक्रमाशी संबंधित होते. मी एका संध्याकाळी सहज तालीम बघायला गेलो. कार्यक्रमाशी संबंधित शेकडो माणसं लगबग करीत होती. घोडे, तोफा असा सारा भव्य प्रकार होता. मी आत शिरत असतानाच पंडित जवाहरलाल नेहरू पटकन पुढं आले आणि म्हणाले, 'शफी, लाइट आहे?' मी गडबडलो. तो बापू कामेरकर आहे आणि सिगरेट पेटवायला काड्यापेटी शोधतोय हे कळायला थोडा वेळ लागला.

पुढं तालीम बघितली. झाशीची राणी, टिळक, नेहरू, गांधी हे सगळे माझ्याशी गप्पा मारत होते हे कुठेतरी मनात जाऊन बसलं. रेघोट्या मारतामारता हा घडून गेलेला, विस्मृतीत गेलेला प्रसंग आठवला आणि नाटक सुचल्यासारखं वाटलं.

स्वातंत्र्यानंतर गेल्या पन्नास वर्षांत आपल्या समाजाचा जो ऱ्हास झाला त्याविषयी अस्वस्थता वाटत होती. स्वातंत्र्य कुणाला मिळालं या प्रश्नाचं उत्तर सापडत नव्हतं. भ्रष्टाचार, जाती-जमातींचं गलिच्छ राजकारण, स्वतःच्या फायद्यासाठी केलेलं इतिहासाचं विकृतीकरण, अहिंसेने सुरुवात करून पूर्णपणे हिंसेला शरण गेलेला समाज आणि भौतिक सुखामागे उर फाटेस्तोवर धावणारे संवेदनहीन लोक या साऱ्या गोष्टींविषयी चीड वाटत होती. ही अस्वस्थता, चीड, घालमेल कागदावर व्यक्त करायला

माझ्या आत दडून बसलेले नेहरू, गांधी, बापट, जाधव, सुभाषबाबू, बाई आणि बाबू ही सर्व मंडळी अचानक माझ्या मदतीला धावून आली आणि नाटक सुचल्यासारखं वाटलं. — पण हे सर्व मांडायचं कसं? मग अचानक एक दिवस वर्तमानपत्रात बातमी वाचली. दूर कुठेतरी राजस्थानात जीपला लटकून प्रवास करणारा एक गावकरी आपलं गाव आल्यावर गाठोडं घेऊन खाली उतरला. जीपवाल्याने भाड्याचे पैसे मागितले. त्याच्याकडे द्यायला तेवढे पैसे नव्हते. जीपवाल्याने जीप मागे घेऊन त्याला चिरडून टाकला. हे स्वातंत्र्याचा सुवर्णमहोत्सव साजरा होत असताना घडत होतं. ही गोष्ट नाटकात नाही. (ट्रकखाली वारंवार बाबू चिरडला जाण्याशी कदाचित या बातमीचा संबंध असेल.) या बातमीचा 'शोभायात्रा'शी तडक संबंध नसला तरी या बातमीने, तत्काळ नाटक लिहिण्याची गरज निर्माण केली. नाटक लिहायला ऊर्जा दिली.

या भयंकर वास्तवाला भिडायचं कसं? ह्या वास्तवाला पकडण्यासाठी, ते समजावून सांगण्यासाठी किंवा त्याच्यावर भाष्य करण्यासाठी नेहमीच आपल्याला पुराणातल्या, इतिहासातल्या गोष्टींचा किंवा लोककथांचा आसरा का घ्यावा लागतो? ही संदिग्धता की पलायन? आपण सरळ आजच्या वास्तवाला भिडायचं म्हटलं तर ते अकलात्मक होईल का? इतिहास-वर्तमान, खरं-खोटं, वास्तव-आभास अशी सरमिसळ करून पन्नास वर्षांच्या ऱ्हासाचं चित्र काढता येईल असं वाटलं.

हे नाटक वास्तवाचं असलं तरी वास्तवतावादी असणार नाही. इथं घडणाऱ्या गोष्टींचं लॉजिक वेगळं असेल. गोष्टी चमत्कारिक, अद्‌भुत असतील. हिंदी सिनेमासारखं काय वाट्टेल ते घडेल. ह्या साऱ्या गोष्टी परिचित असतील. नाटक ओबडधोबड, रॉ असेल. खोटंखोटं, अनरिअल वाटेल आणि एक अद्‌भुत, खरंखुरं वास्तव उभं करेल. असं काहीतरी करायचं ठरवून लिहायला बसलो. हे नाटक अर्थातच कार्यशाळेच्या वास्तव्यात पूर्ण झालं नाही. इतिहासाचा अभ्यास तर करावाच लागला. दोन वर्षांत सहा वेळा नाटक लिहून काढलं. केलेले बदल स्वतःहून केले. कुणाच्या सांगण्यावरून नव्हे. तेंडुलकरांकडे वाचलं तेव्हा वाचन साडेतीन तास चाललं होतं. (शोभायात्रा हे नाव तेंडुलकरांनीच सुचवलं) तर पुन्हा ते नाटक बदललं. बरीच काटछाट करून नेमकेपणा आणला. (संक्षिप्त काटछाट करण्यात, संवाद मागेपुढे करण्यात गणेश यादवचाही फार मोठा वाटा आहे) अर्थात हे सर्व ठरवून लिहिलेलं असलं तरीही लिहिताना न ठरवलेल्या अनेक गोष्टी आपोआप नाटकात शिरल्या. त्यांना अडवलं नाही. छोट्या (चहावाला पोरगा) न ठरवताच नाटकात घुसला.

'शोभायात्रा'चे अनेक खर्डे झाले. आधीच्या खर्ड्यांमधलं वगळलेलं काही आता महत्त्वाचं वाटतं का?

पहिल्या ड्राफ्टमध्ये बाबूची गोष्ट जास्त विस्ताराने आली होती. धरण बांधण्यासाठी गाव उठवलं जातं, बाबूचं गाव पाण्यात जातं आणि विस्थापित झालेलं

बाबूचं कुटुंब मुंबईला येतं. बाबूचा बाप गिरणीत नोकरीला राहतो, पुढे गिरण्याही बंद होतात आणि बाबूचं कुटुंब रस्त्यावर येतं.

स्वतंत्र आधुनिक भारतात मोठी धरणं, कारखाने हीच खरी देवालयं असतील असं स्वप्न नेहरूंनी पन्नास वर्षांपूर्वी पाहिलं होतं. प्रत्यक्षात आधुनिक भारतात त्या धरणांमुळे अनेक बाबू रस्त्यावर आले. भाईंच्या आसऱ्याला गेले. वरच्यांच्या फायद्यासाठी पुनःपुन्हा बाबू देशोधडीला लागला. आधुनिकीकरणाच्या नावाखाली पुनःपुन्हा बाबू ट्रकखाली चिरडला गेला. ही बाबूची गोष्ट लांबली होती. बाबू खूप बोलत होता. पुढच्या ड्राफ्टमध्ये बाबूची गोष्ट कापली गेली. छोट्याचीही एक गोष्ट होती. ती खूप कमी करून टाकली. पहिल्या ड्राफ्टमध्ये बाईंचा एक आठ-दहा वर्षांचा मुलगा वेगळा नवऱ्याबरोबर राहत होता. शिवाय बाईंच्या पोटात बाळ होतं. नवऱ्याबरोबर राहणारा बाईंचा मुलगा बाईंचा तिरस्कार करत होता. मी मित्रांसमोर नाटक वाचलं. मित्रांना नाटक आवडलं. नाटकावर चर्चा सुरू झाली आणि मी घाबरलो. अनेकांना बाईंची दोन मुलं म्हणजे भारत, पाकिस्तान. नवरा म्हणजे अमेरिका असे अर्थ लागायला लागले. मी धास्तावून ते सगळं कापून टाकलं. लिहिताना हे काहीही माझ्या डोक्यात नव्हतं.

कसं काय जमतं एवढी व्हर्शन्स करणं? यात कंटाळ्याचा भाग किती? हुरूप किती? चिकाटी किती?

सर्वांच्या गोष्टी शब्दांतून सांगण्यापेक्षा दाखवता कशा येतील या प्रयत्नात मला सतत बदल करावे लागले. कमीत कमी शब्दांत, कमी वेळेत सर्वांच्या गोष्टी सांगायच्या होत्या आणि एकमेकांत गुंतलेल्या गोष्टींचा गुंता सोडवायचा होता. त्यामुळे पुनःपुन्हा लिहिण्याशिवाय पर्याय नव्हता. पुनर्लेखनामुळेच त्याला एक नेमकेपणा आला. मी कोणत्याही नाटकाचे तीन-चार ड्राफ्ट करतोच. प्रत्येक ड्राफ्टमध्ये शब्द कमी कमी करून दृश्यातून बोलण्याचा मी प्रयत्न करतो. मला पुनर्लेखन करण्याचा कंटाळा येतो— पण पुनर्लेखन करणं कमीपणाचं वाटत नाही.

'शोभायात्रा'मध्ये वास्तव वर्तमान आणि अभिनयित भूतकाळ अशा दोन पातळ्या आहेत. 'पिरँदलो', 'शांतता...' ह्यांची आठवण येते. असं दुहेरी चित्रण आणि सत्य-आभासाच्या खेळाचा वापर हे ह्या शतकातल्या खूप नाटकांत दिसतं. एकंदरीत ह्याबद्दल तुझं मत...

भयंकर महायुद्ध, संहार, नाश ह्यानंतर तिकडे साऱ्या जगण्याचा एक वेगळ्या पद्धतीने विचार केला जाऊ लागला. माणसाच्या जगण्याला अर्थ काय? घटनांची संगती कशी लावायची? हे जगणं— हे वास्तव— अस्थिर आहे, चंचल आहे, असंगत आहे. ते कोणत्याही चौकटीत पकडता येत नाही. आयोनेस्को म्हणतो, ''एव्हरी थिंग, ॲज आय सी इट, इज ॲन ॲबरेशन.'' वास्तव खऱ्या-खोट्याच्या अधे मधे कुठंतरी आहे, असं

वाटू लागलं. ह्यातूनच पुढं ॲबसर्ड थिएटरचा जन्म झाला. ह्या रंगभूमीवर ह्या थीम्स वारंवार वापरलेल्या दिसतात. एकाकीपणा, तुटलेला संवाद, कंटाळा, माणसाचं अमानवी होत जाणं वगैरे...

शफाअती नाटकाचं, शैलीचं वर्णन करायचं तर— त्यांतली काही महत्त्वाची स्थित्यंतरं लक्षात घेऊनही— अद्भुत, चमत्कारिक, तिरकस, नर्मविनोदी (विटी) असे शब्द वापरावे लागतील. तुझ्या नाटकांत व्यक्तिरेखा/टाइप/कॅरिकेचर असं अजब मिश्रण असतं. ह्या असल्या रसायनापर्यंत कसा काय पोचलास?

मी खूप लहान असताना (वय आठ किंवा नऊ) आम्ही कर्नाटकात गोकर्णच्या आसपास राहत होतो. खूप छोटं गाव होतं. माझ्या घराशेजारच्याच एका छोट्या मोकळ्या जागेत, जादूगार, गारुडी, कसरती करणारे डोंबारी येत. मी तासन्तास ते खेळ बघत उभा असायचो. समोरच्या जमीनदाराच्या अंगणात एक पौराणिक नाटक मी बघितल्याचं आठवतंय. आजही मला ते नाटक स्पष्ट दिसतं. कर्ण, कवचकुंडलं हे तर आजही आठवतंय. पण ते रंगीबेरंगी भरजरी कपडे, तो थयथयाट, हास्याचा गडगडाट, दाढीमिश्या... आज वाटतं ते यक्षगान असावं. त्याच रात्री मी नाटकाच्या प्रेमात पडलो.

माझ्या घरी नाटकाचं वातावरण वगैरे नव्हतं. पण नंतर मुंबईत वडिलांनी दोन-चार नाटकं आवर्जून दाखवली होती (वडलांना नाटकं बघायला आवडतं शिवाय माझ्या आत्याचे यजमान अत्रे थिएटर्सच्या नाटकांतून अभिनय करत. त्यामुळे अत्रेंच्या नव्या नाटकाला जाणं आणि घरी त्यावर चर्चा करणं हा एक कौटुंबिक विधी असे. आई बाळ कोल्हटकरांची फॅन होती; त्यामुळे संपूर्ण कोल्हटकर बघून झाले.) मी नाटकाने आधीच झपाटला गेलो होतो. पुस्तकातले धडे खणखणीत आवाजात, नाटकातले नट बोलतात त्या थाटात हसून, रडून वाचत असे. मी बरा वाचतो म्हणून मला शाळेत नाटकात घेतलं होतं. तेव्हा मी गोव्यात होतो. देवळातल्या जत्रेत नाटकं, दहीकाले बघत होतो. त्याचा माझ्यावर फार परिणाम झालेला आहे. पुरुषांनी सादर केलेली स्त्रीपात्रं, भडक मेकअप आणि जोरकस अभिनय ह्यांचं आजही मला आकर्षण आहे. हे सगळं माझ्या नाटकात पुन:पुन्हा डोकावतं. कोकणात माझी आजी आणि आजीची एक विधवा बहीण होती. त्यांच्या बोलण्याचा माझ्यावर फार परिणाम झालेला आहे. तिरकसपणा तिथूनच आलेला असावा.

भुतंखेतं, देवचार, जीन ही मंडळी आमच्या फॅमिली मेंबर्सपैकीच होती. आजीची बहीण संध्याकाळी बाहेरून आत येता-येता खेकसायची, 'आत व्हा. मेला बाहेरच बसलाय...' म्हणजे भूत! लांबून कुठूनतरी स्वयंपाकाचे वास यायचे. त्या घमघमाटानं जीव गुदमरायचा. ती म्हणायची, 'कसा घमघमाट सुटलाय बघा. मेली भुतं रांधतायेत'... संध्याकाळी चेटकिणी मोगऱ्याच्या वेण्या माळून रानात भटकायच्या. मोगऱ्याचा सुगंध गावात पसरायचा... गावात चकवाचकवी फिरायचे. लोकांना गोंधळून टाकायचे. माणसं

गावात स्वतःचं घर शोधत फिरायची... अंगात आलेल्या बाया परकीय भाषा बोलायच्या... मागच्या डोंगरावर भुतांची जत्रा भरायची, ढोल-ताशांचे आवाज ऐकू यायचे. रात्री देवाचाराच्या चपला करकर वाजायच्या. भुतं रात्रभर मागच्या वडाला गदागदा हलवायची... हे सर्व खरं वाटायचं. आजही मला ते खरंच वाटतं. ह्या अद्भुत विश्वात माझं बालपण गेलं.

गोव्यात माझ्या वडलांच्या ऑफिसमध्ये अचानक हमीद नावाचा एक गृहस्थ आला. तो मूळ कोकणातलाच. ओसरीवर बसून तो मला आणि सिराजला (धाकटा भाऊ आणि प्रकाशयोजनाकार) गोष्टी सांगायचा... तो हमीद नव्हताच. तो इसाप होता आणि वेश बदलून काही दिवस आमच्या घरी येऊन राहिला होता! आज वाटतं, तो प्राण्यांच्या गोष्टींतून स्वतःचं जगणंच सांगत होता. माझ्या नाटकात वारंवार किस्से येतात, प्राणी येतात ('किस्से'), मच्छर येतात ('भूमितीचा फार्स'), पक्षी येतात ('मुंबईचे कावळे'). आज वाटतं कदाचित ह्याला हमीद जबाबदार असेल.

ह्या साऱ्या खऱ्या-खोट्या, अद्भुत, चमत्कारिक गोष्टी... मुखवटे, रंग, जादू, करणी, प्राणी, गणपतीच्या रंगीत मूर्ती, नाटकाचे रंगवलेले पडदे, दशावतारातला देवांचा थयथयाट, पुरुषांनी स्त्रियांच्या भूमिकेत केलेला आक्रोश आणि म्हटलेली गाणी, आठवड्याच्या बाजारातले बहुरूपी, शिमग्यातली, मोहरममधली सोंगं, विदूषक, सोंगाडे... ह्या असल्या सर्व गोष्टींमधून मी आजचं अद्भुत, चमत्कारिक वास्तव मांडू पाहतोय. हे जग अस्सल माझं आहे. माझ्या जगण्यातून ते आलेलं आहे. खूप खोटं-खोटं दाखवून मी खरं-खरं सांगू बघतो. (मार्क्वेझचा मॅजिकल रिअलीझम मी खूप उशिरा वाचला.)

तुझ्या नाटकातल्या सुरस आणि चमत्कारिकपणाबद्दल बोललास. त्यातल्या विनोदाबद्दल आणि तिरकसपणाबद्दल आणखीन थोडं बोल.

मला फार्स लिहायला आवडतो. (शेवटी हे सारं चमत्कारिक, अद्भुत जगणंही धम्माल सेलिब्रेट करायचं असतं, ही फार्सची फिलॉसॉफीही मला आवडते.) हे एक प्रकारचं स्वप्नच असतं, मनात दबलेल्या वाह्यात, फाजील इच्छांची पूर्ती होते. मला फार्सचा वेग आवडतो. त्यात अचंबित करणाऱ्या चमत्कारिक घटना असतात. आचरट लोक असतात. (दुष्ट नव्हे!) त्यांच्या मूर्खपणामुळे ते गोंधळ घालतात, त्यात अडकतात, त्यातून सुटण्याच्या केविलवाण्या धडपडीत हा गोंधळ वाढवून ठेवतात. अलीकडे अद्भुत, चमत्कारिक वास्तव पकडण्यासाठी मला हा फॉर्म जास्त आवडायला लागलाय. मी फार्समधून काय गंभीर गोष्टी सांगता येतील असा विचार नेहमीच करीत असतो. मुळातच सटायरचा वापर, समोरच्याला स्वतःलाच हसायला भाग पाडण्यासाठी, हसवता हसवता त्याचा मूर्खपणा लक्षात आणून देण्यासाठी केला जातो.

माझ्या नाटकात (संवादांत, मांडणीत) तिरकसपणा असतो. तो का हे मला

सांगता येणार नाही. ती एक जीवनदृष्टीच असावी. सगळ्या घटनांकडे, प्रसंगांकडे मी असाच एका अंतरावरून त्रयस्थपणे बघत असतो. ह्या शैलीमुळे प्रत्यक्षापलीकडे जाऊन काही गोष्टी सुचवता येतात असं मला वाटतं. ह्या तिरकसपणामुळे एक दूरीभाव निर्माण करता येतो. प्रेक्षकांना एक वेगळी नजर देता येते. त्यांच्याच भयंकर जगण्याकडे, भयंकर वास्तवाकडे तो ह्या नजरेनं बघतो. तो हसतो आणि धास्तावतोही.

मी कोकणी आहे. इतरांना आणि स्वतःला हसणं ही कोकणी खासियत आहे. खवचटपणा आणि खिल्ली ही इतरांविषयी असलेल्या अनादराच्या, तुच्छतेच्या भावनेतून जन्माला येते. अहंकार आणि गंडापोटीच खिल्ली उडवली जाते. तिरकसपणा हा हेल्दी ॲटिट्यूडमधून येतो. तो जास्त गंभीर आणि सखोल आहे. मी इतरांबरोबर स्वतःलाही तपासून बघतो. हसतो, हसवतो. हे जग बदलता येईल. बदलाला विरोध करणारे, जगण्याला कुंपण घालणारे नष्ट होतील; असा स्वतःला आणि इतरांनाही धीर देतो. मला ह्या क्षणी ते फार महत्त्वाचं वाटतं. कोणत्याही विनोदाचं हेच तर मूलद्रव्य आहे.

मी नाटकात ब्लॅक कॉमेडीचा वापर करतो. मुळातच साऱ्या संकल्पनांचा पुनर्विचार करावा, साऱ्या गोष्टींची पुन्हा एकदा अत्यंत कठोर तपासणी करावी, मुळापासून साऱ्या गोष्टी उलट्यापालट्या करून बघाव्या, अत्यंत त्रयस्थपणे साऱ्या नात्यांचा नव्यानं हिशेब मांडावा, आपल्या मुळांचा, इतिहासाचा, परंपरेचा खरेपणा, सच्चेपणा तपासून बघावा, अशा वाटण्यात या ब्लॅक कॉमेडीचा जन्म झालेला आहे. हा विनोद मुळावरच घाव घालतो. साऱ्या श्रद्धा-समजुतींना सुरुंग लावतो. ब्लॅक कॉमेडी आणि तिरकसपणा हे एकमेकांशी संबंधित आहेत.

'शोभायात्रा' ह्या नाटकाकडे 'चेहऱ्यापाठच्या चेहऱ्याचा खेळ' म्हणून पाहता येतं. गांधींमागे बापट आहे, बापटामागे अनेक बापट आहेत. पण हा रचनाबंध ओळखू आला तरी त्यापाठचं आशयसूत्र हाती लागत नाही. ह्याकरता ह्या नाटकाकडे एक रूपक म्हणूनच पाहावं लागतं, जे प्रत्येक प्रेक्षकाला उलगडायला लागेल. थोड्या सविस्तरपणे मी ते कसं उलगडलं ते सांगतो. बापट-जाधव ह्या ब्राह्मण-मराठ्यांमध्ये ताण; बापट-जाधव-सबनीस आणि पांढरपेशा प्राध्यापक हे उच्चवर्णीय. उच्चवर्णीय पूर्णपणे भ्रष्ट; जिला जातपात नाही, जी शोषित आहे अशी इतिहासाची शिक्षिका— जणू भारतमाताच— तिला भविष्य नाही, कारण ती गरोदर आहे हेच कुणाला मान्य नाही. जो बेकार, असाहाय्य तरुण गेनूचं काम करतोय त्याने तो विद्यार्थी असताना बाईकडे आशेनं पाहणं, पण तिचं लक्ष नसणं, अर्थात भारतमातेचं मुसलमानांकडे, अल्पसंख्यांकांकडे लक्ष नसणं... शेवटी जर ह्या उच्चवर्णियांचा कावा ओळखून तिनं ह्याला पोटाशी धरलं, तरच भविष्य तरारेल, चहावाला झेंडा लहरवेल. बार्बीचं प्रतीक तर उघडच आहे. अर्थात ह्या उलगड्यात काही गोष्टी संदिग्धच राहतात. उदा. बाईचा नवरा कोण? तर अशा तऱ्हेच्या उलगडण्याला कसा रिॲक्ट होशील? कारण पहिल्या

खर्ड्यातली उत्स्फूर्तता मान्य केली तरी आत सहा खर्डे झाले म्हणताना ही अशी प्रतीकं स्पष्ट होत गेलीच असणार. प्रतिकांची यादी करून नाटककार लिहायला बसत नाही, तरी लिहितालिहिता त्याच्या लक्षात येतंच की हे एक प्रतीक व्हायला लागलं आहे. ह्या साऱ्याबद्दल तुझं मत...

आता लिहून झाल्यावर साधारण या पात्रांतून हे सूचित होतंय हे जाणवायला लागतं ही गोष्ट खरी आहे, आणि कॅरेक्टर्समधून नाटककाराला हवं ते सूचित होत असेल तर त्यात कमीपणा वाटण्याचंही कारण नाही. प्रतिकं म्हणून पात्र वापरून सुरुवात केली तर नाटक निर्जीव, कंटाळवाणं, फ्लॅट होतं. म्हणून मला ते आवडत नाही एवढंच मला म्हणायचं होतं.

नाटकाला एक गोष्ट आहे. एकाच खोलीत, ऐतिहासिक पोशाखात अडकून पडलेली माणसं आहेत. त्यांच्या एकमेकांत गुंतलेल्या गोष्टी आहेत आणि बोलता बोलता ही माणसं उघडी होत जातात आणि आजच्या भ्रष्ट समाजाचं एक चित्र उभं राहतं. बाईचा नवरा आहे. तो बाईचा छळ करतो आहे आणि संपूर्ण समाज बाईच्या नवऱ्याबरोबर आहे. आज स्वातंत्र्याचे सोहळे साजरे होत असताना स्त्रीची आपल्या समाजात ही अशी अवस्था आहे ही एवढी गोष्ट परिणामकारकपणे लोकांपर्यंत पोहचते की नाही? बाईची ही अवस्था प्रेक्षकांना अस्वस्थ करते की नाही? तर मग ही अमूक तर नवरा कोण असे प्रश्न कुणालाही पडणार नाहीत. सर्वसामान्यपणे प्रेक्षकांपर्यंत गोष्ट पोहचते. ही वरवर रंजन करणारी गोष्ट त्यांना अस्वस्थ करते, विचार करायला भाग पाडते. त्यांना सर्व नाटक उलगडून दाखवता येणार नाही, पण गोष्टीपल्याड काहीतरी महत्त्वाचं ह्यात आहे एवढं त्यांना जाणवतं. भ्रष्टाचाराची त्याला चीड येते. संपूर्ण समाज भाईला शरण गेला, ही गोष्ट त्यांना आवडत नाही. बाईवर पावलस हात उगारतो आणि गांधी-नेहरूंचे कपडे चढवलेले प्रतिष्ठित शांतपणे कोपऱ्यात उभे राहतात ही गोष्ट त्यांना अस्वस्थ करते. बाबू आणि छोट्याकडे तो आता अधिक उदार दृष्टीने बघू शकतो.

आज व्यावसायिक रंगभूमीवर अशी वेगळी नाटकं होणं गरजेचं आहे. नाटक हे रंजनासाठीच असतं अशी सर्वसामान्य प्रेक्षकांची समजूत झालेली आहे. अशी आपणच त्यांची समजूत करून दिलेली आहे. अशा वेगळ्या नाटकांमुळे नाटकाची, रंगभूमीची ताकद फार मोठी आहे, रंजनापेक्षा कितीतरी महत्त्वाच्या गोष्टी नाटक देऊ शकतं एवढं जरी आज त्यांना जाणवलं तरी पुरेसं आहे.

मान्य. हा जो व्हॉयलन्स आहे, त्याच्यामध्ये ही लोकं गुरफटलेली आहेत. या स्तरावरचं जे आकलन झालं आहे ते एका अर्थानं मध्यमवर्गीय प्रेक्षकांना सुखावह आहे. म्हणजे, कसा प्रॉब्लेम आयडेंटीफाय केला आहे, कसं बोट ठेवलं आहे, बरोबर सगळ्यांच्या मनामध्ये आहे ना ते कसं दाखवलं आहे, खरोखरच आता भयंकर परिस्थिती झाली आहे, शेवटी हा इतिहास कोणाचा आहे कोणाला ठाऊक... असं

म्हणून मराठी मध्यमवर्गीय माणूस घरी जाऊ शकतो. मी ज्या पद्धतीनं रूपकांचा अर्थ लावण्याचा प्रयत्न करतो आहे तसा जर अर्थ लावला तर हा मध्यमवर्गीय प्रेक्षक इतका थंड राहू शकणार नाही, कारण त्याचं गाठोडं खोलण्यात येईल. आता तो एक तिऱ्हाईत म्हणून बघतोय. पण जेव्हा तुम्हीच बापट-जाधव-सबनीस आहात ह्याची तीव्र जाणीव होईल आणि तुम्ही भारतमाता आणि बाबू गेनूपेक्षा लांब आहात हीही जाणीव तीव्रपणे व्यक्त होईल, तेव्हा खरा परिणाम होईल. एरवी पहिल्या स्तराची जाणीव होईल हे मला अगदी मान्य आहे... विनोदाची, तिरपेपणाची फार स्तुती झाली की त्यातलं कारुण्य किंवा भय हे दुर्लक्षित राहतंय असं वाटू लागतं. एकंदर तुझ्या विनोदाकडे तू स्वतः कसा पाहतोस?

माझ्या विनोदाची जात कोणती? ते विसंगतींवर बोट ठेवण्यासाठी वापरलेलं सटायर आहे की साऱ्या मुळांवर घाव घालणारा क्रूर ब्लॅक ह्यूमर आहे. तो अद्‌भुत गोंधळ उभा करणारा फार्स आहे की रोगट समाजाचं विरूप दर्शन घडवणारी सिक कॉमेडी आहे.

विनोदाला लेबलं लावायची मला गरज वाटत नाही. निव्वळ लोकांना हसवून लोळवण्यासाठी माझा विनोद नाही. माझ्या नाटकातला विनोद हसवून गुदगुल्या करून थांबत नाही. तो प्रेक्षकांना ओरबाडतो, बोचकारतो, अस्वस्थ करतो. तिरकेपणात प्रेक्षकांना तोडण्याचा एक भाग असतोच. एकाच वेळेला तो तुम्हांला हसवून तुमच्यामध्ये त्रयस्थ भाव निर्माण करू शकतो.

हा विनोद प्रेक्षकांना बेसावध गाठतो. एकाच वेळेला हसायला लावतो आणि आपण हसलो त्याची शरम वाटायलाही लावतो.

'शोभायात्रा'त शेवटी पावलस बाईवर हात उचलतो, तेव्हा गांधी, नेहरू घाबरून कोपऱ्यात लपतात. त्यांची केविलवाणी अवस्था बघून प्रेक्षकांना हसू येतं. ते हसतात. उठसूठ इतिहास मिरवणारे आपण, रस्त्यावर डोळ्यांदेखत स्त्रियांवर अत्याचार होतात तेव्हा आपण काय करतो हे आठवून प्रेक्षकांना शरमल्यासारखं होत असेलच. ही विनोदाची ताकद आहे. तिरकसपणा फक्त संवादांपुरता मर्यादित नसतो, ती संपूर्ण जीवनदृष्टी असते.

'शोभायात्रा'मध्ये चीड ही विनोदासोबतच उपस्थित आहे. ती तुझ्या इतर नाटकांत फार कमी प्रमाणात आढळते. 'मुंबईचे कावळे', 'भूमितीचा फार्स' ह्यामध्ये हा संताप किंवा चीड नव्हती. तसंच 'राहिले दूर घर माझे' मधे समंजसपण होतं. खूप पत्करलेल्या गोष्टी त्यात होत्या. एक धगधगता असंतोष पहिल्यांदाच मला तुझ्या लिखाणात दिसला. तर विनोदाबद्दल बोलल्यानंतर मला तुला ह्या चिडीबद्दल, असंतोषाबद्दल विचारायचं आहे.

मला असं वाटतं की आता वर्तमानाला, आजच्या वास्तवाला रिॲक्ट व्हायला हवं. ती आता या क्षणाची गरज आहे. आजच्या गोष्टींवर बोलायला आपण सहसा तयार

होत नाही, किंवा बोलायचंच झालं तर इतिहास, पुराण, लोककथांच्या आड लपतो. आपण फारच सूचक बोलतो, इतकं सूचक कि ते कशाविषयी आहे तेही कुणाला कळू नये.

आपण संगीत नाटक अकादमीच्या महोत्सवात देशभरातल्या दिग्दर्शकांची सादर केलेली नाटकं बघत होतो. पुराणकथा, लोककथा, नाचगाणी आणि ओढूनताणून सुचवलेला एखादा विचार किंवा आजच्या वास्तवावर आडून केलेलं क्षीण भाष्य! अनेकांना हे आपलं आजचं भारतीय नाटक वाटत होतं. प्रत्येक प्रयोगानंतर मी मात्र अस्वस्थ होत होतो. मला ही नाटकं आपली वाटत नव्हती आणि आजचीही वाटत नव्हती. कदाचित या अवस्थेतूनच मी माझ्या नाटकाच्या शोधात निघालो असेन.

'शोभायात्रा'त आजचं, आत्ताचं वास्तव आहे तसं (तेवढंच क्रूड, रॉ, विद्रूप, अद्‌भुत, चमत्कारिक) गोठवून, उलटसुलट करून तपासण्याचा प्रयत्न केलेला आहे. अनेक वेळा ते नाटकी आहे, अवास्तव, भडक आहे. थेट, तडक आहे.

''आपली जिंदगी साला भिजलेल्या माचिससारखी आहे.'' अशी वाक्य आहेत किंवा बाईंचा मेलोड्रामा आहे. हा त्या नाटकाच्या शैलीचाच भाग आहे. अलीकडे अचानक माझ्या नाटकात 'सामाजिक जाणीव' आहे असं काही लोकांना जाणवायला लागलंय. काही मंडळी हे खोचकपणे बोलत असतात. सामाजिक जाणीव म्हणजे तुमचं नाटक आता थेट बोलायला लागलंय, बाजू घेऊ लागलंय, त्यात नारेबाजी, घोषणाबाजी आहे. नाटकात वरचा सूर लागलाय वगैरे सुचवायचं असतं. माझ्यासाठी सामाजिक जाणीव ही मिरवण्याची किंवा लपवण्याची गोष्ट नाही. सामाजिक जाणीव असणं म्हणजे काळाचं, जगण्याचं भान असणं. नाटककार म्हणून, क्रिएटीव्ह पर्सन म्हणून, सांस्कृतिक म्होरक्या म्हणून, माझ्या जबाबदारीची मला पूर्ण जाणीव असणं आणि ती मी निर्भयपणे, इमानदारीने पार पाडणं! आज प्रेक्षकांना त्यांचं जगणं समजावून सांगणं, त्यांना धीर देणं, त्यांना जगण्याचं बळ देणं हे नाटककार म्हणून माझं काम आहे, असं मला वाटतं. अस्वस्थतेतून आणि असंतोषातून बंडखोरी होते. प्रयोग करणारा कलावंत बंडखोर असावा लागतो. बंडखोर फक्त तोडफोड करून थांबत नाही (तोडफोड करून पळून जातात ते गुंड) तो पुन्हा नव्यानं मांडामांड करतो. त्यात नव्यानं भर घालून वाढवतो. रंगभूमीचा थेट जगण्याशी संबंध असायला हवा. आसपास घडणाऱ्या घटनांची नोंद रंगभूमीने घ्यायला हवी. आसपासच्या हजारो माणसांचं जगणं उद्‌ध्वस्त होत असताना अकलात्मक म्हणून हे अनुभव दूर सारले जाणार असतील तर असं वास्तवाला भिडायचं नाकारणारी पलायनवादी रंगभूमी कधीही प्रगती करू शकणार नाही. हे आव्हान स्वतःला बंडखोर म्हणवून घेणाऱ्या प्रायोगिकवाल्यांनीच स्वीकारायला हवं. रंजनप्रधान व्यावसायिक रंगभूमीला हे भयंकर वास्तव उभं करणं परवडणार नाही.

'मुंबईचे कावळे'मध्येही या प्रकारची सामाजिक जाणीव जरूर होती. 'भूमितीचा फार्स' आणि 'किस्से'मध्येसुद्धा सामाजिक भान होतंच होतं. पण जी नव्हती ती गोष्ट म्हणजे असंतोष, चीड. ती 'शोभायात्रा'त व्यक्त झाली. वास्तवाचं दर्शन तिथंही होतंच. तेही नाटकीयच होतं. पण तिथं एक पचवून शांतपणे, कोरडेपणे आणि तटस्थपणे दिलेली प्रतिक्रिया होती. मला 'शोभायात्रा'त खूप गुंतलेल्या, खूप वाढलेल्या घालमेलींचा ठाव दिसतो आहे. पुन्हा, ह्या असंतोषाबद्दल तुला काय वाटतं?

आपण कोणत्या कालखंडात जगतो त्यावर आपली अभिव्यक्ती अवलंबून असते.

दहा वर्षांपूर्वी तू मला म्हणाला होतास की काही सुचत नाहीए आणि इतक्यात मी काही नाटकं लिहीन असं मला वाटत नाहीए. आदिम अशा आदिवासी जमातींमधूनच काहीतरी कदाचित कलाविष्कार फुटेल, आपल्या नागरी जाणिवाच पूर्ण बोथट झाल्या आहेत आणि खरोखरच त्यानंतर काही वर्ष तू काही लिहिलं नव्हतंस आणि मग तुझी दोन नाटकं आली— 'राहिले दूर घर माझे' आणि 'शोभायात्रा'. त्या अगोदरची तुझी नाटकं 'किस्से' आणि 'भूमितीचा फार्स' ही देखील सामाजिक जाणिवेची नाटकं होती. आजूबाजूंच्या गोष्टींचींच ती एक प्रतिक्रिया होती. ती अजिबातच मिथकॉवर, पुराणकथांवर, इतिहासावर वगैरे आधारित नव्हती. अब्सर्ड थिएटरचं अंधानुकरणसुद्धा नव्हतं. शफाअत खानचं नाटक आकाराला येऊ लागलं त्याच्यात ह्या दोन नाटकांचा महत्त्वाचा हातभार आहे. आशय, शैली सगळ्याच दृष्टींनं. पण त्याचबरोबर ही नाटकं स्थळकाळातीत, चिरंतन, वैश्विक अशा माणसाच्या घालमेलीबद्दलची, ह्यूमन प्रेडिकमेंटबद्दलची नाटकं होती. तुझ्या पुढल्या दोन नाटकांचा प्रवास जास्त तडक, स्पेसिफिक कन्सर्न्सकडे झालेला दिसतो. आणि ह्या दोहोंमध्ये मौनाचा, व्हॅक्यूमचा, गॅपचा भाग आहे. श्रेष्ठ, कनिष्ठाचा प्रश्न नाही, पण ह्या दोन टप्प्यांत साम्याबरोबर भेदही आहे. तर ह्याबद्दल...

'भूमितीच्या फार्स'नंतर मी अनेक वर्षं नाटक लिहिलं नाही. मला नाटक लिहावंसं वाटलं नाही. मग अचानक काही भयंकर घटना घडल्या आणि स्वस्थ बसणं अशक्य झालं. त्या घटनेनंतर प्रत्येक सेन्सिबल माणूस वेगळा विचार करू लागलेला आहे. सर्व पुन्हा एकदा नीट तपासून बघणं गरजेचं झालेलं आहे. कालच्या साऱ्याच गोष्टी मोडीत निघालेल्या आहेत. आता साऱ्याच गोष्टींची पुन्हा नव्याने व्याख्या करायला हवी.

मी लिहितो, नाटक लिहितो, त्याला काळाचे संदर्भ असतात. मी आता या क्षणी लिहितो आणि आता या पद्धतीनं व्यक्त होणं ही माझी आणि ह्या काळाचीही गरज असते. मुळात मी या काळाशी, जगण्याशी प्रामाणिक असेन तरच माझं नाटक स्थळकाळाच्या मर्यादा ओलांडून टिकून राहील. अजून दहा वर्षांनी कदाचित सर्वच बदलून जाईल आणि हे बदल पकडण्यासाठी मला, माझ्या नाटकालाही बदलावं लागेल.

आपल्या रंगभूमीचा प्रवास हा जगण्यासाठी संघर्ष करणाऱ्या व्यक्तिकडून

गोंधळलेल्या समुहापर्यंत आणि गोंधळलेल्या समुहाकडून आत्मभान आलेल्या समुहापर्यंत असा आहे.

आता मला वाटतं पुन्हा पुढच्या काळात माणूस एकटा पडत जाईल, या एकट्या पडलेल्या माणसाला पुन्हा समूहाची गरज भासेल आणि अशा वेळेला बाहेर कशा प्रकारचा समूह त्याला ट्रॅप करतो त्यावर त्याचं जगणं किंवा त्याची ट्रॅजिडी अवलंबून राहील.

वेगवेगळ्या टप्प्यांवर थिएटर बदलत जाणार— थिएटरला बदलावं लागणार. आज माझं नाटक स्पेसिफिक गोष्टींबद्दल हातचं न राखता तडक बोलत असेल, पण त्यातला असंतोष खरा असेल, प्रामाणिक असेल तर ते कधीही, कुठेही, कुणालाही भिडू शकेल.

'शोभायात्रा' हे मायनॉरिटी आणि मेजॉरिटीच्या नात्याबद्दलचं नाटक आहे. एरवी भूमितीचा फार्स किंवा इतर नाटकांबाबत 'द ऑथर इज डेड' असं मी म्हटलं असतं. मला काही घेणं नाही शफाअत खान कुठच्या धर्माचा आहे. आपण म्हणतो की दलित रंगभूमी ही दलितांनी लिहिलेली कशाला असली पाहिजे? किंवा स्त्रीवादी साहित्य पुरुषपण लिहू शकतो. तरीपण सध्या तसं घडत नाही. असं तर नाही झालं की हे बाबरी मशीद पाडण्याचे उद्योग आणि नंतर ज्या काही घटना घडल्या आणि हिंदुत्ववादानं जो मोठ्ठा डूख काढला त्याच्यामुळे एका जनरल ह्यूमन प्रेडिकमेंटबद्दल लिहिणाऱ्या लेखकाला ह्या समाजानं जाणीव करून दिली की तू एक मुसलमान मायनॉरिटी आहेस. आणि एका वेगळ्या अवेअरनेसमधून हा पुढचा प्रवास झाला?

तू म्हणतोस ते बरोबर आहे. अशा प्रसंगी कलावंताने रिॲक्ट न होणं हे क्रिमिनल आहे. (रिॲक्ट होणं म्हणजे हुतात्मा चौकात बसणं नव्हे!)

एका बाबरी मशिदीच्या पडण्यानं आपलं जवळ जवळ सारं साहित्य (काही अपवाद आहेत.) एका क्षणात पुरातन होऊन गेलं. ते सारं इतकं कच्चं, उपरं, खोटं, दिखाऊ, फॅशनेबल होतं की तिथे अयोध्येत मशिदीवर घाव पडल्याबरोबर आधी ते सारं मातीत गेलं. ते लिहिणारे अजूनही धक्क्यातून सावरलेले नाहीत.

'पोस्ट बाबरी लिटरेचर' हे असं पलायनवादी, गोलमाल, खोटं असणार नाही. ते जास्त खरं, प्रामाणिक, निर्भीडपणे आजच्या वास्तवाला तडक भिडणारं असेल.

एक प्रश्न सर्वच ग्रूप्समध्ये पडतो की, सगळेच लोक आपल्या राजकीय-सामाजिक आणि एकंदर विचारसरणीचे असतातच असं नाही. बहुतेक वेळा काही शेअर्ड विचारसरणी जरूर असते. पण पूर्णपणे सगळ्यांची मतं एक असतातच असं काही नाही. पण आता मला वाटतं की पोलरायझेशनमुळे ह्याचा आपल्याला जरूर विचार केला पाहिजे. स्थूलमानानं आपण सहप्रवासी आहोत आणि हे पुरेसं आहे, असं आता नाही वाटत. आता हळूहळू आपल्याला नक्की करावं लागणार, व्हावं लागणार...

आपण दोन भाग निश्चित करून टाकायला पाहिजेत. समांतर रंगभूमीवर आपल्याला चॉइसिस आहेत. म्हणजे काही एक समविचारी लोक एकत्र येऊन काही एका विचारानं एक संस्था चालवणार... व्यावसायिक रंगभूमीवर ह्या सोयी उपलब्ध नाहीत. पण ती रंगभूमी तर सर्वसामान्यांपर्यंत पोहोचलेली आहे. सगळे समविचारी लोक जमतील तेव्हा मी व्यावसायिक नाटक करेन हे अशक्य कोटीतलं आहे. ही लग्झरी आता परवडणारी नाही. मग काय करावं लागेल? की आता लेखकानं काही विचार मांडले. हे मान्य असलेला दिग्दर्शक हुडकावा लागेल आणि मग जे नट असतील, नेपथ्यकार, प्रकाशयोजनाकार असतील आणि संपूर्ण जे युनिट असेल, त्यांचं फक्त कसब आपल्याला वापरावं लागेल. अर्थात नटांच्या बाबतीत पुन्हा हा घोळ आहे. कारण नट फक्त स्किल्ड वर्कर राहणार असेल तर तो भूमिकेला न्याय कसा देणार?

खरंच, नटांची सामाजिक बांधिलकी आपण सहसा जोखतच नाही. असो. आता एक वेगळा प्रश्न. आपण प्रामुख्यानं संहितेची चर्चा करतो आहोत. मराठी नाटकात रंगसूचनांच्या बाबतीत खूप विचार होतो. तुझ्या नाटकाच्या सुरुवातीच्याच रंगसूचनांमधून महत्त्वाचे मुद्दे येतात. एक तर ब्रिटिशकालीन जुनी इमारत आहे. त्यात हे सगळं घडतं आहे. ब्रिटिशांच्या वारशातून आपण मुक्त झालेलो नाही. वसाहतवादाच्या अस्तानंतरही एका नव्या प्रकारच्या वसाहतवादात आपण अडकलेलोच आहोत. आणि दुसरं म्हणजे पात्रं कुठंही जाऊ शकत नाहीत. त्यांचा कोंडमारा झाला आहे. 'नो एग्झिट'सारखी त्यांची अवस्था झाली आहे. 'हेल इज अदर पीपल' हेही ओघानेच येतं.

मला जेव्हा नाटक सुचलं त्याच वेळी ती एक इतिहासकालीन इमारत आहे हेही सुचलं होतं, की ज्यात ही सगळी माणसं अडकून पडलेली आहेत. मला त्या इमारतीचं स्ट्रक्चर आणि टेक्श्चरही दिसत आहे. दगडी, ओबडधोबड, भक्कम. हे स्थळ मला एक पात्रच वाटतं. तिथे खूप पेटारे, खोकी पडलेली आहेत आणि त्या खोक्यांची मांडणीच अशी झाली आहे की त्यामुळे काही आयसोलेटेड स्पेसिस तयार झाल्या आहेत. आणि प्रत्येक जण त्या त्या जागेत बसलेला आहे. पण जेव्हा नाटक दिग्दर्शकाच्या हातात गेलं आणि सेट डिझायनरही आला, त्या वेळी त्यांनी असा विचार केला की ती इतिहासकालीन, दगडी इमारत ह्या गोष्टी इतक्या वेळा मराठी रंगभूमीवर येऊन गेल्यात... त्यांना असं वाटलं की आता त्या फार परिचित अशा गोष्टी आहेत. शेवटी लेखक एका टप्प्यापर्यंत आग्रही असू शकतो. अर्थात एवढं आग्रही त्यानं राहू नये, बेसिकली समूहाची कला आहे ही...

लिहून संपल्यावर ते नाटक फक्त लेखकाचं राहत नाही. ते सर्वांचं होतं. आपल्या नाटकातून त्यांनाही बोलायचं असतं आणि ते सेन्सिबल असतील तर तेही फार महत्त्वाचं असतं.

गोदामात खूप खोकी येतात-जातात. संहितेत निःसंदिग्धपणे एक खोकं फुटून पिस्तुली बाहेर पडतात असं आहे. ते प्रयोगात नाहीए का?

नाहीए— मूळ संहितेत ते होतं. अचानक खोक्यातून शस्त्रं बाहेर पडतात, रंगमंचावर विखुरतात, जाधव-बापटांना त्यांच्या मागावर गुंड असल्याची खबर देतात. बापट घाबरतात— शस्त्रं गोळा करताकरता गांधींची वाक्यं म्हणतात— ''हिंसा में भयसे मुक्ती नहीं मिलती, वह भयसे बचनेका इलाज ढूंढनेका एक प्रयत्न है ।'' वगैरे. दिग्दर्शकाला हा कॉन्ट्रास्ट ऑब्व्हिअस म्हणूनच अकलात्मक वाटला. मला हे सगळं असंच रॉ हवं होतं, पण रॉनेसमधली गंमत मला समजावून सांगता आली नाही.

तू बोलताना आता जाणवतंय की बाहेर जशी हिंसा आहे तशाच पद्धतीने अतिशय स्फोटक अशा हिंसेच्या साधनांमधेच हे बसले आहेत. हे अंगावर येतं... नाटकात काही अवतरणं आहेत...

त्याचे तीन स्तर स्पष्ट आहेत : (१) प्रत्यक्ष गांधी, (२) बापटांना समजलेला गांधी, (३) बापट. ह्यांतही स्पष्ट अशी लाइन नाहीए की आत्ता बोलतोय तो गांधी बोलतोय की बापटांना समजलेला गांधी बोलतोय. कधीकधी बापट बोलत असताना बापटांना समजलेला गांधी आणि त्यातून प्रत्यक्ष गांधींचे संवाद सुरू होतात. अशी सरमिसळ केलेली आहे.

पात्रांचे कपडे विस्कटत जातात, ह्याबद्दल...

फक्त पात्रांचे कपडेच विस्कटत जात नाहीत तर भाषा बदलते. मेकअप विस्कटतो, खोक्यांची उलथापालथ होते. वर्तमानपत्रांचा कचरा होतो. सुरुवातीला अत्यंत ग्रेसफुली वावरणारी ही माणसं शेवटी चमत्कारिक, वेडसर वागू लागतात. शिव्या देऊ लागतात. भयाने घेरली जातात.

बापट हिंसक होतात. भाषा आणि लेखनस्वातंत्र्याच्या गप्पा मारणारे पुरोगामी प्राध्यापक दिसेल ते वर्तमानपत्र फाडत सुटतात. जाधव टोपी शोधता शोधता संशयाने आणि असुरक्षित भावनेने पछाडले जातात. स्वातंत्र्यानंतर सर्वच स्तरांवर आपला जो ऱ्हास झाला त्याचंच हे चित्र आहे. ऱ्हासाचा आलेख अधोरेखित करण्यासाठी त्याचा वापर केलेला आहे.

ह्या नाटकातील गाण्यांचा वापर... तुझ्या आधीच्या नाटकांतली गाणी विचित्र पद्धतीने एलियनेशन साधणारी होती. इथं मात्र भावना हेलावणाऱ्या अशा गाण्यांचा वापर आहे.

स्वातंत्र्याच्या सुवर्णमहोत्सवाचा जल्लोष दाखवण्यासाठी, वातावरणनिर्मिती करण्यासाठी प्रामुख्याने लोकप्रिय फिल्मी गाण्यांचा वापर केलेला आहे. एका बंद गोदामात नाटक घडत असलं तरी बाहेरचं वातावरण आत आणायला ही गाणी मदत

करतात. भावना हेलावण्यासाठी गाणी वापरावीत असा काही विचार नव्हता. किंबहुना गाणी सुरू असताना अनेक वेळा भसाड्या आवाजात अनाऊन्समेंट करून ही भावना हेलावू पाहणारी गाणी तोडायचा प्रयत्न केलेला आहे आणि काही वेळा भावना हेलावल्या गेल्या तरी हरकत नाही.

आतापर्यंतच्या नाटकांत जुन्या मराठीचा जाणीवपूर्वक वापर तू एक डिस्टन्सिंग साधायला केला आहेस. 'राहिले दूर घर माझे'मध्ये तू पूर्णपणे दुसऱ्या पद्धतीची भाषा वापरलीस.

ह्या नाटकात प्रेक्षकांचा भावनिक स्तरावरचा सहभागही आवश्यक होता. म्हणून भाषा बदलली. 'राहिले दूर घर माझे'ची रचना वेगळी आहे. इथल्या मेजॉरिटीला मायनॉरिटी करून मायनॉरिटीच्या दुःखाचा अनुभव द्यायचा प्रयत्न त्यात केलेला होता.

'शोभायात्रा'त त्याच नाण्याच्या उलट्या बाजूचं चित्र आहे असं म्हणता येईल, कारण इथंसुद्धा मायनॉरिटीचा प्रश्न आहे. तर भाषेबद्दल...

'शोभायात्रा'त वेगळ्या पद्धतीने भाषेचा वापर केलेला आहे. टिळकांची भाषा आहे— त्यांच्या अग्रलेखातले उतारे तसेच घेतलेले आहेत. गांधीजींचं लेखन आणि भाषणं वाचत असताना माझ्या लक्षात आलं की ते इतक्या सोप्या आणि सहज पद्धतीने लिहिलेलं आहे की मराठी भाषांतर करताना ही सहजता निघून गेली असती. ही भाषा तो काळ उभा करते. आजच्या नाटकात गुंतलेला प्रेक्षक अचानक ती भाषा सुरू झाल्याबरोबर वेगळा होऊन विचार करू लागतो. नेहरू, गांधी, टिळक ह्यांचे हात धरूनच आपण प्रवास सुरू केला होता— आज पन्नास वर्षांनंतर आपण कुठे येऊन पोहोचलो. आज उभं राहायला आपल्याला भाईने हात द्यावा म्हणून आपण धडपडतो आहोत या विचाराने प्रेक्षक अस्वस्थ होतात. आज नाकारल्या गेलेल्या बाबूचं आणि छोट्याचं दुःख आहे. पण ते व्यक्त करायला त्यांच्याकडे भाषा आहे ती हिंदी सिनेमाची. बाईचं दुःख व्यक्त होतं ते मराठी कौटुंबिक नाटकातल्या संवादातून. आज खोटी वाटेल अशी ही भाषा प्रेक्षकांना त्रयस्थपणे बाबूच्या, छोट्याच्या, बाईच्या दुःखाचा आणि त्यांच्या आजच्या परिस्थितीचा विचार करायला भाग पाडते.

तुझ्या सर्वच नाटकांमध्ये किश्शाकिश्श्यांची रचना करण्याकडे तुझा कल आहे. सुरुवात-मध्य-शेवट ही रचनेची पद्धत तू नाकारून एक गोधडी विणतोस. आधी असं झालं, मग असं झालं, म्हणून असं झालं अशा छापाची तुझ्या नाटकांची मीमांसा करता येत नाही. अशा प्रकारची संरचना तू का वापरतोस? कलाटणी देऊन नाटक संपवलं नाही तर तुझ्या नाटकांना शेवट असणारच नाही असं वाटतं...

माझ्यावर भारतीय निवेदनशैलीचा फार मोठा प्रभाव आहे. पंचतंत्र, इसाप,

शुकसप्तती, रामायण, महाभारत, दशावतार, यक्षगान, तमाशा या सर्वांचाच माझ्यावर प्रभाव आहे. 'पंचतंत्र'मध्ये वाघाच्या गोष्टीत कोल्हा असतो, कोल्ह्याच्या गोष्टीत सिंह असतो आणि सिंहाच्या गोष्टीत बैल असतो. सर्वांचे किस्से एकमेकांत गुंतत जातात— उलगडत जातात, मला हे फार आवडतं. आजचं गुंतागुंतीचं जगणं पकडायला परदेशी ॲब्सर्ड थिएटरपेक्षाही मला ही अस्सल भारतीय शैली जास्त सोयीची वाटते. 'कावळे', 'किस्से', 'भूमितीचा फार्स' आणि आता 'शोभायात्रा' या सर्व नाटकांतून हे स्पष्टच दिसून येईल. आज 'शोभायात्रा'च्या प्रयोगात जी सलगता आलेली आहे ती दिग्दर्शकाने आणलेली आहे. फक्त नाटकातून गोष्ट सांगणे हा उद्देश नसल्यामुळे सुरुवात, मध्य आणि ठोस शेवट अशी माझ्या नाटकांची रचना असणं शक्य नाही.

सृजनशीलता सुचवायला गर्भारपणाचं प्रतीक ही एक मला ह्या नाटकात खटकलेली गोष्ट आहे. आज आपण ज्या पद्धतीचा स्त्रीवाद मान्य केला आहे त्याला छेद देणारं असं हे नाही का वाटत?

गरोदर असणं, पोटात गर्भ असणं आणि ते भविष्याचं, आशेचं प्रतीक म्हणून वापरणं (ते कितीही जुनं असलं तरी) हे मला स्त्रीवाद-विरोधी वाटत नाही. माझ्या नाटकात स्त्रीला कमी लेखण्यासाठी मी त्याचा वापर केलेला नाही. स्त्री दुबळी नाही, हे दुबळेपण तिच्यावर लादलं गेलेलं आहे. जाणीवपूर्वक तिच्या शक्तीचं खच्चीकरण केलेलं आहे. हे आज तिला जाणवत आहे, ती पुन्हा सर्व सामर्थ्यानं उभी राहणार आहे आणि एक खऱ्याखुऱ्या स्वातंत्र्यासाठी निघालेल्या शोभायात्रेचं नेतृत्व करणार आहे एवढंच मला म्हणायचं आहे. हा एवढा मोठा पट एका नाटकात कसा उभा करायचा? एराक्रमी झाशीची राणी, नवऱ्याकडून छळली गेलेली सामान्य शिक्षिका आणि पोटात गर्भ असलेली आदिमाता ह्या तीन स्तरांवर बाईचं कॅरेक्टर रंगवून, मी स्त्रीशक्तीची उद्याची चाहूल सूचित करतो आहे.

एकाच भयावह वास्तवाला तू आणि तुझे समकालीन नाटककार आपापल्या तऱ्हेने सामोरे जाताना दिसताहेत. आजच्या नाट्यलेखनाबद्दल तुला काय वाटतं?

पूर्वी शिरवाडकर, खानोलकर, दळवी, पेंडसे, दांडेकर, माडगूळकर, पु. शि. रेगे, रणजित देसाई वगैरे साहित्यिक नाटकं लिहीत असत. साहित्यिक असण्याच्या क्वॉलिफिकेशनवर नाटकं लिहिली जात असत. फार कमी लोकांकडे रंगभाषेची जाण होती, इतरांच्या मनात रंगभूमीविषयी गोंधळच फार होता. मराठी नाटकं अनावश्यक शब्दांतून सगळं सांगू बघतात; शब्दबंबाळ, कंटाळवाणी होतात. साहित्यिकांनी स्वतःच्या मर्यादा झाकण्यासाठी किंवा स्वतःच्या मर्यादांनाच सामर्थ्य समजून खोट्या शब्दांनी नाटकं सजवली. खोटे शब्द आणि आकर्षक संवादांमुळे त्यांचं नाटक जगण्याच्या जवळपासही जाऊ शकलं नाही. ह्या शापातून मराठी रंगभूमी अजूनही मुक्त

झालेली नाही. अलीकडच्या नाटककारांची पिढी रंगभूमीच्या अंगणात वाढलेली आहे. (फार पूर्वी देवल, गडकरी हेदेखील नाटक कंपन्यांत वावरत, हे लक्षात घ्यायला हवं.) मुळात आजचे नाटककार रंगकर्मी आहेत. त्यांची नाटकं अस्सल नाटकांसारखी वाटतात. त्यांचं नाटक खरंच जिवंत वाटतं. जाणीवपूर्वक एक वेगळी रंगभाषा शोधण्याचा प्रयत्न त्यांच्या नाटकांत जाणवतो. आज वेगवेगळ्या अनुभवांवर नाटकं रचली जात आहेत, वेगवेगळे विषय हाताळले जात आहेत. आजच्या नाटककारांकडे उत्तम सामाजिक आणि राजकीय जाण आहे. आसपासच्या बदलांची नोंद घेतली जात आहे. मूल्य, नाती ह्या साऱ्यांचाच पुन्हा नव्याने हिशेब मांडला जात आहे. हे सगळेच आजचे नाटककार वास्तवाला भिडताना दिसत आहेत. आजच्या नाटककारांसमोरची आव्हानं वेगळी आहेत. आणि ते स्वीकारण्याचं धाडस त्यांच्यातल्या अनेकांकडे आहे. टि. व्ही. आणि वर्तमानपत्रातल्या बातम्यांवर ते अवलंबून नाहीत. त्यांच्या जगण्यातून, सोसण्यातून त्यांचं नाटक होतंय. हे मला फार महत्त्वाचं वाटतंय.

तू नाटककार-दिग्दर्शक आहेस. तेव्हा दुसऱ्याने दिग्दर्शित केलेल्या स्वतःच्या नाटकाकडे बघताना काय होतं?

लिहिता लिहिता मी माझ्या नाटकाचा एक उत्तम प्रयोग बघितलेला असतो. माझ्या मनातल्या प्रयोगाला कसल्याच मर्यादा नसतात. दुसऱ्या दिग्दर्शकाने उभा केलेला प्रयोग तसाच असेल अशी अपेक्षा करणं चुकीचं आहे. मी स्वतः माझं नाटक बसवतो तेव्हाही मला तसा प्रयोग उभा करता येत नाही.

मला 'शोभायात्रा' लिहिताना त्या इतिहासकालीन इमारतीच्या गोदामात एक नव्याने बांधलेला पोटमाळा दिसत होता. अनेकांनी वेगवेगळ्या पद्धतीने सेट डिझाइन केले, पण त्यांच्या नेपथ्यात पोटमाळा नसल्याने मला ते आवडेना. प्रदीप मुळ्येंच्या नेपथ्यात तो माळा खूप चांगल्या प्रकारे आलेला आहे. या नाटकाचा प्रकाशयोजनाकार सिराजला प्रयोग वेगळाच दिसत होता. तो अनेकदा पात्रांना अंधारात लपवत होता. अंधूक प्रकाश टाकत होता. आणि मग अचानक भगभगीत प्रकाश देऊन ऐतिहासिक कपडे चढवलेल्या पात्रांना उघडं-नागडं करत होता. हा अंधार-प्रकाशाचा खेळ मला लिहिताना असा दिसला नव्हता. दुसऱ्यांनी बसवलेल्या प्रयोगात काही गोष्टी हरवतात, काहींची भर पडते. शेवटी आपल्याला म्हणायचं आहे ते प्रेक्षकांपर्यंत पोहचत असेल तर प्रयोग बराच म्हणावा!

'शोभायात्रा'चे इतर भाषांमधूनही प्रयोग झालेले आहेत, तुला त्या प्रयोगांविषयी काय वाटतं?

आतापर्यंत 'शोभायात्रा' या नाटकाचे हिंदी, इंग्रजी, गुजराथी आणि बंगाली भाषांमधून प्रयोग झालेले आहेत. उषा गागुंली कलकत्त्यात हिंदीतून प्रयोग करतात.

त्यांच्या प्रयोगातली बाई (स्वतः उषा ही भूमिका करते.) खूप अॅग्रेसिव्ह आहे. त्यांच्या प्रयोगातली बार्बी खूप रिअल, खरी आहे. भाषांतरीत प्रयोगात काही स्तर हरवले आहेत.

इथे मराठीत महत्त्वाच्या वाटणाऱ्या अनेक गोष्टी बंगालीत अनावश्यक म्हणून कापल्या गेल्या आहेत. तरीही प्रयोग उत्तम होतो. या प्रयोगातला शेवट परिणामकारक आहे. या नाटकात थर्मोकोलने भरलेल्या असंख्य गोण्या रचून गोडाऊन उभं केलेलं आहे. शेवटी हे गोडाऊन विरुद्ध गुंडांच्या टोळीकडून उद्ध्वस्त केलं जातं. गोण्या रंगमंचावर सर्वत्र विखुरतात आणि अनेक लहान-मोठ्या टेकड्या (उंचवटे) तयार होतात. सर्व अदृश्य झालेले आहेत. रंगमंचावर फक्त एकट्या बाई उभ्या आहेत. अचानक एका टेकडीआडून छोट्या उभा राहतो. चष्मा डोळ्यांवर चढवतो, टोपी डोक्यावर चढवतो. बाई आणि छोट्या हातात उंच तिरंगा धरून टेकड्या चढत-उतरत असतानाच पडदा पडतो.

इंग्रजी प्रयोग विक्रम कपाडियाने बसवला. विक्रमला फारच वेगळा प्रयोग करायचा होता. त्याला अजिबात भाबडेपणा नको होता. तो सतत चर्चा करायचा. वेगळा प्रयोग करायची मी त्याला परवानगी दिली. रंगीत तालमीच्या सुमारास प्रयोग कंटाळवाणा होतोय, रेंगाळतोय अशी चर्चा नटांच्या कानावर गेली. हा अपमान ते सहन करू शकले नाहीत.

प्रत्यक्ष प्रयोगात नेहरूंची भूमिका करणाऱ्या नटाने (हा एरवी खूप चांगला नट आहे.) नाटक आपल्या ताब्यात घेतलं. तो एकच धमाल करत असे. नेहरू आपल्यापुढे निघून जावेत हे गांधी, टिळकांची भूमिका करणाऱ्या नटांना आवडलं नाही. नेहरूंचे डावपेच उधळून लावण्यासाठी, तेदेखील या स्पर्धेत उतरले. हा प्रयोग इंग्रजी प्रेक्षकांना खूप आवडत असे. त्यामुळे नटांना रोखण्याची कुणी हिंमत केली नाही. शेवटी हा असाच प्रयोग आपल्याला हवा होता, आणि प्रयोग यशस्वी झाला असंच दिग्दर्शकासकट सगळ्यांना वाटायला लागलं. इथे कुणावर टीका करायची नाही, पण उंचावरून सुरू झालेल्या गोष्टी कशा घरंगळत जातात हे एवढंच सांगायचं आहे. या नाटकात शेवटी सर्व निघून गेल्यावर बाई, छोट्याला जवळ घेतात आणि शिकवतात. या दृश्यावर इंग्रजी नाटकाचा पडदा पडत असे.

गुजराती नाटकावर फार काही बोलण्यासारखं नाही. (काही तांत्रिक कारणामुळे मला परवानगी द्यावी लागली होती.) टिळक, गांधी, नेहरू, सुभाषबाबूंना घेऊन एकच धमाल उडवता येईल या विचाराने प्रयोग उभा केला गेला होता. या प्रयोगात सुभाषबाबूंच्या लष्करी पोशाखात वावरणाऱ्या जाधवांना, गांधी झालेले बापट 'वाचमन' म्हणून चिडवत, पण हेदेखील गुजराती रसिकांना आवडलं नाही. या अशा प्रयोगातही एक जागा चांगली होती. पहिल्या अंकाच्या शेवटी बाबू व इतर दोघे-चौघे किंचाळत प्रवेश करतात. पेटाऱ्यात लपवलेली शस्त्रं बाहेर काढतात व प्रतिहल्ला करण्यासाठी बाहेर धावतात. त्यातल्या एका गुंडाला शस्त्र सापडत नाही. अचानक त्याची नजर कोपऱ्यात उभ्या असलेल्या झांशीच्या राणीवर पडते, तो गुंड राणीच्या कमरेला लटकवलेल्या

म्यानातून खसकन तलवार ओढतो आणि धावत बाहेर जातो.

बंगाली प्रयोग मी पाहिलेला नाही. मी परवानगी नाकारलेली असतानाही, शुहाग सेन नावाची दिग्दर्शिका हा प्रयोग बंगालीत सादर करते. 'शोभायात्रा'ची तोडफोड करून, पुढेमागे स्वतःच जोडून, मूळ लेखनाची, लेखकाची खिल्ली उडवत ती हा प्रयोग सादर करते असं मी ऐकलं आहे— असो—! शेवटी ज्याला जेवढं कळलं तेवढा त्याचा प्रयोग!

ज्या जाणिवेपोटी हे लिहिलं गेलं ती प्रेक्षकांपर्यंत पोचली, कौतुक झालं तर नाटककार तृप्त होतो का?

बरं वाटतं! पुढचं नाटक लिहायला बळ मिळतं. शेवटी फक्त रंजन करण्यासाठी किंवा समस्या मांडण्यासाठी किंवा विशिष्ट विचारांच्या प्रचारासाठी मी थिएटर वापरत नाही. माझ्या नाटकांनी आनंदही द्यायला हवा आणि अस्वस्थही करायला हवं. माझी घालमेल त्यांच्यापर्यंत पोहचत असेल, या धगीचे चटके त्यांनाही लागत असतील तर—

आता कौतुकाचं म्हणत असशील तर— कुणी म्हणालं तुम्ही फार चांगलं लिहिलंय, तर मला घाबरून जायला होतं. ह्यांच्या अपेक्षा आता वाढल्या, त्या आपल्याकडून पूर्ण होतील की नाही या जाणिवेने धास्तावून जायला होतं. — आता सर्वांनाच हे असं वाटत असणार, पण मला जरा जास्तच घाबरून जायला होतं हे खरं!

अंक पहिला

[एक अत्यंत जुनी इंग्रजकालीन इमारत. या इमारतीतील तळमजल्यावरचा एक प्रशस्त हॉल. सध्या या जागेचा गोदामासारखा वापर केला जातो. मध्येच एक भडक सजवलेली भपकेबाज केबिन — हे कार्यालय. देण्याघेण्याचे व्यवहार इथून होतात. या हॉलला लागूनच दोन-चार खोल्या असतील. सामान ठेवण्यासाठी नव्याने बांधलेला पोटमाळाही असू शकेल. मागे मोठी खिडकी आहे. हॉलमध्ये असंख्य लाकडी पेटारे इथे तिथे पडलेले आहेत. या खोक्यांच्या मांडणीतून नेपथ्यात अनेक आडोश्याच्या जागा निर्माण करता येतील.

आठ-दहा पात्र या एकाच हॉलमध्ये एकत्र अडकून पडलेले असले तरी त्यांच्यासाठी तिथे वेगवेगळे स्वतंत्र कोपरे असणं अत्यंत आवश्यक आहे. ती या नाटकाची गरज आहे. भिंतीवर दोन-चार कागदी झेंडे खोवून ठेवलेले आहेत. एक मोठा कापडी झेंडा भिंतीला अडकवलेला आहे. एका कोपऱ्यात मोठा आरसा. आरशासमोर एक बाकडं, बाकड्याखाली व्यायामाचं सामान. संध्याकाळचे पाच वाजले आहेत. भजनाचे सूर ऐकू येतात — भजनाच्या सुराबरोबरच रंगमंचाचा एक कोपरा प्रकाशमान होतो. या उजेडात फक्त पात्र दिसताहेत. मागचे नेपथ्य दिसत नाही.

महात्मा गांधी चरख्यावर सुतकताई करीत बसले आहेत. त्यांच्या एका बाजूला सुभाषबाबू आणि दुसऱ्या बाजूला पंडित जवाहरलाल नेहरू बसलेले आहेत. (उसाच्या गुऱ्हाळात लावलेल्या कॅलेंडरवर असते तशी कंपोझिशन) अत्यंत महत्त्वाच्या विषयावर बोलणं चालू आहे. मागे हळूवार भजन चालू असल्यामुळे — ते नेमके काय बोलताहेत ते प्रेक्षकांना ऐकू येत नाही. हळूहळू त्यांच्यावरचा प्रकाश कमी होतो. भजनाचे सूर कमी कमी होत जातात.

प्रकाश — हातात तलवार घेतलेल्या झाशीच्या राणी लक्ष्मी बाईंवर—]

राणी : (अत्यंत त्वेशाने) हर हर महादेवऽऽऽ मेरी झांसी मैं नहीं दूंगी — दत्तक वारस नांमंजूर करून, संस्थानं खालसा करण्याचा इंग्रज सरकारचा प्रयत्न मी हाणून पाडीन. हर हर महादेवऽऽऽ.

[पुन्हा प्रकाश — गांधी, नेहरू, सुभाषबाबूंवर]

[गांधीजी उठतात. लेंगा, सदरा-टोपी घातलेला एक तरुण पुढे येतो. हा तरुण सामान्य असला तरी बलदंड, शक्तिमान आहे. तो गांधीजींच्या पायावर पडतो. गांधी त्याला आशीर्वाद देतात.]

गांधी : आजादी और गुलामी तो मनकी स्थितीयाँ है. जिस क्षण कोई गुलाम यह निश्चय कर लेता है कि अब वह गुलाम नही रहेगा उसी क्षण उसकी जंजीरे टूटकर गीर जाती है । वह स्वयंको आजाद कर लेता है और दूसरोंको भी राह दिखवाता है । पहली चीज अपने आप से कहिए — मैं अब आगेसे गुलामी की स्थिती का स्वीकार नहीं करूंगा. मैं किसीभी आज्ञाका पालन नहीं करूंगा बल्की जो आज्ञा मेरे विवेक के प्रतिकूल होगी मैं उसकी अवज्ञा करूंगा—

[तो मुलगा त्वेषाने पुढे सरकतो. तो ओरडतो — परदेशी कपड्यांची होळी करा. परदेशी कपड्यांची होळी करा — भारत माता की जयऽऽऽ. ट्रक पुढे सरकत असल्याचा आवाज — कर्कश्श हॉर्न वाजतो. विंगेतून अत्यंत प्रखर प्रकाशझोत त्याच्यावर पडतो. तो तरुण ट्रकसमोर, ट्रकला आव्हान देत निर्भयपणे उभा. ट्रक अंगावर येत असल्याचा आवाज (वाढत जातो). तो तरुण बेभानपणे — ''भारत माता की जयऽऽऽ.'' अशा घोषणा देतो आहे. हळूहळू पुढे सरकणाऱ्या ट्रकखाली तो चिरडला जातो. मागे ''इन्किलाब जिंदाबाद — बाबू गेनू अमर रहे''च्या घोषणा. गांधी पुन्हा चरख्यावर बसतात. भजनाचे सूर.]

[या सर्व प्रकाराने संतप्त झालेले सुभाषबाबू उभे राहतात—]

सुभाषबाबू : आमचा निःशस्त्र प्रतिकाराला विरोध नाही. परंतु केवळ निःशस्त्र प्रतिकाराच्या जोरावर देश स्वतंत्र होणे शक्य नाही. म्हणूनच आम्ही सशस्त्र क्रांतीचा मार्ग अवलंबत आहोत — जयहिंद (आवाज घुमतो).

[सगळे सुभाषबाबूंकडे बघताहेत, ते आंतल्या खोलीत निघून जातात.]

[हळूहळू लोकमान्य टिळकांवर प्रकाश येतो.]

टिळक : आम्ही काय वाटेल ते जुलूम करू, वाटेल त्यास बिनचौकशीने काळ्या पाण्यावर पाठवू, वाटेल तो प्रांत विभागू — वाटेल ती सभा बंद करू. वाटेल त्यावर राजद्रोहाचे खटले भरून त्यास तुरुंगात पाठवू — तुम्ही मात्र या सर्व गोष्टी मुकाट्याने सहन करून आपला संताप, त्वेष किंवा आवेश विवक्षित मयदिच्या बाहेर जाऊ देऊ नये — असे राज्यकर्त्यांनि आपल्या प्रजेस सांगणे, म्हणजे सामान्य मनुष्यस्वभावाची आपणास ओळख नाही असे जगास प्रदर्शित करणे होय—

उत्तरोत्तर स्वराज्याचे हक्क मिळविण्याची लोकांची इच्छा अधिकाधिक प्रबळ होत असून, लोकांच्या इच्छेप्रमाणे जर त्यांस हळूहळू हक्क मिळत गेले नाहीत — तर प्रजेपैकी काही लोक तरी संतापाने किंवा त्वेषाने भरून जाऊन सारासार विचार न करता, अनन्वित किंवा घोर कृत्ये करण्याकडे प्रवृत्त झाल्याखेरीज राहणार नाहीत.

[संपूर्ण रंगमंचावर प्रकाश. पहिल्यांदाच संपूर्ण रंगमंच स्पष्ट दिसतो. एक सफारी सूट घातलेला, गळ्यात सोन्याची चेन. हातात सोन्याच्या अंगठ्या घातलेला, कपाळाला टिळा लावलेला माणूस प्रवेश करतो. त्याचं वागणं, बोलणं अत्यंत नम्र. तो थक्क होऊन सगळ्यांकडे बघतो. मग गांधीजींच्या पायावर पडतो. गांधी त्याला आशीर्वाद देतात, मग त्याला उठवून उभं करतात. त्याच्या सफारीवरची धूळ झटकतात.]

सफारीवाला : वा! बेस्ट चाललंय — चालू द्या — वाः वाः!

(तो वळून चालायला लागतो. बाईकडे बघतो. थांबतो. बाईच्या पायावर डोकं ठेवतो. उठतो — बाबूच्या जवळ जातो. त्याच्या खांद्यावर हात ठेवतो.)

नेहरू, गांधी (बाईंकडे बघतो — पण त्या नेमक्या कोण ह्याचा त्याला अंदाज येत नाही. तो क्षणभर थांबतो. मग पटकन सुचल्यासारखं...) भारतमाता — सगळ्यांकडे लक्ष ठेव — फार मोठी मान्सं आहेत, कुणाला काही कमी पडता कामा नये — प्रोग्राम जोरात झाला पाहिजे.

[सफारीवाल्याच्या खिशातला मोबाईल वाजतो.]

[सफारीवाला 'एस्क्यूज मी' — म्हणत फोन घेतो. आणि पाठमोरा उभा राहून बोलू लागतो.]

हो-हां बोलो बोलो दादाभाय — क्या बात है. हां — इधर एंडीपेंडस का पोग्राम का तयारी चल रहा है. अरे नय नय टेन्शन का क्या बात है. आपून इधरही है, हा — सब एकदम ठीक है । अभी फुरसत नही है । फुरसत मे बात करेंगे — हां — चलो — बाय, बाय — जयहिंद—

[सुभाषबाबू पुढे होऊन सफारीवाल्याला एक फाइल देतात. सफारीवाला फाइल बाबूकडे देतो.]

(सुभाषबाबूंना) जाधव साहेब, ग्रेट, एकदम ग्रेट चाललंय्. तुम्ही सगळ्यांनी तयार रहा. तुम्हाला काय कमी-जास्त पायजे, हा — बाबू बघेल. मी बाहेरचा बंदोबस्त बघतो. तुम्ही तयार रहा—

[असं म्हणत तो तरातरा बाहेर जातो. त्याच्या मागे फाइल सांभाळत बाबूही निघून जातो. सुभाषबाबू आतल्या खोलीत निघून जातात. बाहेर एखादं

देशभक्तीपर गाणं सुरू होतं—
सर्व रिलॅक्स. एकमेकांशी गप्पा मारायला लागतात.]

नेहरू : (सगळ्यांकडे बघत.) कॉन्ग्रॅज्युलेशन्स — कॉन्ग्रॅज्युलेशन्स....

गांधी : अहो कशाबद्दल कॉन्ग्रॅज्युलेशन्स?

नेहरू : अहो ते एकदम खूष आहेत. आपला हा कार्यक्रम आवडतोय त्यांना...

[झाशीच्या राणी नेहरूंकडे जात.]

बाई : अहो सबनीस... तुम्हालाही कॉन्ग्रॅज्युलेशन्स.

नेहरू : मला, मला कशाबद्दल...?

बाई : अहो तुमच्या मुलीला ९६% मार्क मिळाले ना—?

टिळक : ९६% नव्हे, ९६.८%...

बाई : बघा! आणि आम्हाला हे ठाऊकच नाही. परवा लायन्स क्लबमध्ये तिचा
सत्कार झाल्याची बातमी टी.व्ही.वर बघितली तेव्हा कुठे आम्हाला हे कळलं—

नेहरू : अहो, सत्कार-बित्कार, हे जाधवांमुळे झालं. तुम्हांला सांगतो बापट...

गांधी : काय—?

नेहरू : त्या सत्काराच्या कार्यक्रमाला शिक्षणमंत्रीसुद्धा जातीने हजर होते.

बाई : सबनीस — पार्टी कुठे आहे—?

नेहरू : पार्टी—?

बाई : म्हणजे काय? अहो शाळेत मीच तिला शिकवलंय, हे विसरू नका—

नेहरू : अहो बाई, — देऊ या की पार्टी—

गांधी : कधी पार्टी देताय, बोला—

नेहरू : अहो म्हणत असाल तर अगदी हा कार्यक्रम संपल्यावर रात्री सगळे बाहेरच
जाऊ — आणि—

टिळक : जोरदार सेलीब्रेट करूया — चिअर्स!

[सगळे हसतात. अगदी उत्साह संचारल्यासारखे लगबग करतात. गांधी एका
कोपऱ्यात चरख्यावर बसतात. बाई दुसऱ्या कोपऱ्यात स्वेटर विणतायेत. नेहरू
आरशात बघत मेकप नीट करतायेत. टिळक खुर्चीवर विसावले आहेत.
स्वतःशीच संवाद म्हणतायेत. बाहेर बाबूला आरडाओरडा ऐकू येतो. तो
कार्यकर्त्यांना सूचना देतो आहे. — अरे ये, तो रस्त्यातला बांबू उचल —
पताका नीट लावा. रस्त्यावर पाणी मारून घ्या — वगैरे वगैरे...]

[एक दहा-अकरा वर्षांचा मुलगा हातात चहाची किटली, ग्लासेस, पेप्सीची एक
बाटली घेऊन प्रवेश करतो. अंगावर हाफ पॅन्ट आणि विटलेला एक टी-शर्ट.
त्याचं नाव छोट्या. छोट्या किटली, ग्लासेस खाली ठेवतो. सगळ्यांकडे थक्क
होऊन बघतो. मग बाहेरच्या दरवाज्याकडे बघत बाबूला हाका मारतो—]

छोट्या : बाबूऽऽऽ बाबूऽऽऽ.

[बाबू लगबगीने आत प्रवेश करतो.]

बाबू : हां — बोल, बोल भिडू...

छोट्या : नऊ चहा, दोन कॉफ्या आणि एक पेप्सी... लिहून घे. बाबू, कॉफी कुणाला द्यायची?

बाबू : एक कॉफी सुभाषबाबूंना दे — आणि एक त्या बाईंना दे.

[छोट्या कॉफी टिळकांना देतो.]

छोट्या : वो कॉफी घ्या — लवकर घ्या — नायतर कॉफी थंड होईल.

टिळक : मला कॉफी नको — मी फक्त बिनसाखरेचा चहा घेतो.

छोट्या : आता बाबू बोलला सुभाषबाबूंना कॉफी दे, म्हणून तुम्हाला कॉफी दिली तर तुम्ही म्हणता कॉफी नको.

बाबू : अरे छोट्या — हे सुभाषबाबू नाहीत, हे टिळक, लोकमान्य टिळक.

छोट्या : मग सुभाषबाबू कुठे आहेत?

बाबू : ते आत असतील — आण. सुभाषबाबूंना कॉफी मी देतो.

[कॉफीचा ग्लास घेऊन बाबू आत जातो.]

छोट्या : आणि ही पेप्सी कुणाला द्यायची?

टिळक : अरे पेप्सी गांधीजींना दे—

[छोट्या नेहरूंकडे जातो.]

छोट्या : वो — तूमीच गांधी ना — ही घ्या पेप्सी—

[नेहरू चहा घेतात.]

नेहरू : अरे, मी गांधीजी नव्हे. मी पंडित जवाहरलाल नेहरू — ते... ते... बापूजी.

छोट्या : मग गांधी कोण?

नेहरू : अरे, ते — ते चरख्यावर बसलेत ना, ते महात्मा करमचंद.

छोट्या : —पण गांधी कोण? ते कुठे आहेत?

नेहरू : तेच, अरे तेच गांधीजी — ज्यांनी अख्या जगाला—

छोट्या : मला तुमच्या लोकांचं काय कळत नाय—

नेहरू : तुला इतिहास माहीत नाही का?

छोट्या : इतिहास? इतिहास म्हणजे काय?

नेहरू : अरे, तू शाळेत जात नाहीस का?

छोट्या : नाही—

[मुलगा गांधीजींना पेप्सी देतो. गांधीजी कमरेला खोचलेल्या घड्याळात वेळ बघताहेत. मग पेप्सीचा घोट घेतात—]

गांधी : पेप्सी थंड नाही — अगदीच गरम आहे.

छोट्या : आणली तेव्हा थंडगार होती — तुम्हाला शोधता शोधता गरम झाली — गांधी कोण हेच कुणाला माहीत नाय. त्याला मी काय करू?

[बाबू आतून बाहेर प्रवेश करतो. छोट्याकडे बघत—]

बाबू : अरे तू अजून इथेच. चल हे लवकर उचल.

छोट्या : नऊ चहा, दोन कॉफ्या, एक पेप्सी लिहून घे.

बाबू : लिहिलंय्.

छोट्या : विसरशील, मग लफडा होईल.

[बाबू त्याला टपली मारतो.]

छोट्या : मारतो काय? तू काय भाई लागून गेलास.

बाबू : मग — साला आपूनच भाई है.

छोट्या : चल सटक — च्यायलाऽऽऽ

टिळक : अरे — अरे ही काय भाषा आहे.

[बाबू बाहेर निघून जातो.]

[गांधी छोट्याला ''ए पोऱ्याऽऽ'' म्हणून हाक मारतात — आणि पेप्सीची बाटली देतात. छोट्या बाटलीतली उरलेली पेप्सी पीत गुणगुणत बाहेर जातो.]

[राणी लक्ष्मीबाई — गांधीजींजवळ येतात — गांधीजी कमरेला खोचलेल्या घड्याळात वेळ बघताहेत.]

बाई : अहो बापट, (गांधींच्या भूमिकेतल्या माणसाचं नाव)

बापट : बाई, तलवार जरा बाजूला ठेवा, नाहीतर बोलण्याच्या उत्साहात आमचं मुंडकं उडवाल—

बाई : अहो बापट, वाजले किती?

बापट : कुणास ठाऊक—?

बाई : अहो, तुमच्या कमरेला घड्याळ आहे म्हणून विचारलं.

बापट : हे कसलं घड्याळ—? नुसतीच एक साखळी आणि पुढे डबी—काटेबिटे काही नाहीत. डायलवर कसल्यातरी अगम्य खाणाखुणा मात्र आहेत.

बाई : मग, तुम्ही सारखं त्यात बघताय काय?

बापट : अहो दुसरं काय करणार? टाइमपास, टाइमपास चाललाय. मला माहीत आहे, या घड्याळात आता वाजणार नाहीत, तरीही वेळ घालवायला गांधींचं घड्याळ बघतोय.

बाई : हे घड्याळ अगदी खरं आहे म्हणतात— ओरिजिनल त्या काळातलं.

बापट : छे हो, कसलं ओरिजिनल — सगळी बनवाबनवी. हे घड्याळ. हा हा

चरखा. चाक फिरेल तर शपथ. कुठून चाकू-सुऱ्यांना धार लावायचं चाक शोधून आणलंय कुणास ठाऊक — याच्यावर काय कपाळाची सूतकताई होणार — आणि कसलं स्वातंत्र्य मिळणार. (बापट चरखा आपटतात).

[छोट्या येतो. बाटली उचलतो — बाहेर जातो.]

टिळक/प्राध्यापक : बाई, तुमचा मेकप् कुणी केला?

बाई : मी स्वतःच केला. का?

प्राध्यापक : थोडी लिपस्टीक लावायला काही हरकत नव्हती—

बाई : छे हो — लिपस्टीक कशाला?

प्राध्यापक : या सबनीसांना बघा — किती लिपस्टीक लावली आहे. ओठ अगदी कोटावरच्या गुलाबाला मॅचिंग वाटतात की नाही, तुम्हीच सांगा—

नेहरू/सबनीस : अहो, नेहरू, नेहरूंसारखे दिसायला हवेत. शेवटी मी नेहरूंसारखा दिसतो की नाही हे महत्त्वाचं. बाई — तुम्ही शाळेत इतिहास शिकवता — तुम्हीच सांगा, मी नेहरूंसारखा दिसतो की नाही?

बाई : तुम्ही उगाच चिंता करू नका — खरं सांगू का सबनीस, तुम्ही अगदी नेहरूंसारखे दिसता — तसेच रुबाबदार देखणे—

सबनीस : हेच — हेच महत्त्वाचं आहे, बाई एक विचारायचं राहिलं—

बाई : काय—?

सबनीस : लिपस्टीक लावून पाणी प्यायलेलं चालतं ना—?

बाई : हो — (काळजीच्या सुरात) अहो, इथे जवळपास कुठे फोन आहे का हो—?

सबनीस : या रस्त्याच्या पलीकडे एक फोन आहे.

बाई : अहो पण — या कपड्यात मी बाहेर कशी जाऊ?

प्राध्यापक : अजिबात जाऊ नका — अहो, मघाशी बाहेर काय चाललंय हे बघायला जरा दाराबाहेर गेलो, तर एक कुत्रा मागे पडला. हरामखोर — मांडीचा घासच घेणार होता.

सबनीस : अहो प्राध्यापक — कुत्र्यांना माणसांचा इतिहास कळत नाही.

प्राध्यापक : म्हणजे?

सबनीस : अहो, कुत्र्यांनी तुम्हाला या कपड्यात बघून काय कुर्निसात करायला हवा होता की काय?

[बाई आत जातात — सगळे हसतात — सुभाषबाबू आतून बाहेर येतात. (आता ते आझाद हिंद सेनेच्या गणवेशात.)]

सुभाष/जाधव : चला, चला, चला — आय ॲम रेडी.

प्राध्यापक : आय ॲम रेडी, आय ॲम रेडी म्हणजे काय? आम्ही तुमच्यासाठी

खोलंबलेलो नाही आहोत. आपल्यासाठी सगळं जग थांबलंय — हे आधी मनातून काढून टाका — अहो, आम्ही तुमच्या शिवाय देखील हा कार्यक्रम उरकून टाकला असता — पण—

जाधव : तुम्ही कुणाची वाट बघताय?

सबनीस : आम्ही सगळे, अगदी तयार आहोत — पण तुमचा तो चित्ररथ कुठे आहे?

जाधव : म्हणजे? चित्ररथ अजून आलेलाच नाही का?

प्राध्यापक : कसला चित्ररथ आणि कसलं काय? इथं सगळाच गोंधळ आहे. पाच वाजता शोभायात्रा निघणार होती. आता सहा वाजत आले तरी कशाचा पत्ता नाही.

जाधव : युस्लेस — या लोकांना वेळेची अजिबात किंमत नाही. रात्रभर मी झोपलेलो नाही, आज रात्री पुन्हा उशीर होणार— सकाळच्या फ्लाईटनं मला दिल्लीला जायचं आहे. (दरवाज्याकडे जात) अरे कोण आहे? कुणी आहे का तिकडे—

सबनीस : अहो जाधव — ओरडताय कशाला? काही उपयोग नाही.

जाधव : म्हणजे?

सबनीस : अहो इथे ऐकायला आहे कोण? हे, हे कपडे आपल्या अंगावर चढवून सगळे पसार झालेले आहेत. या कपड्यांमुळे कुठे बाहेरही जाता येत नाही.

बापट : खरंच — या कपड्यात अगदी कसंतरीच होतंय. भयंकर अन्कम्फर्टेबल वाटतंय.

प्राध्यापक : हे मात्र खरं आहे. ही पुणेरी पगडी — या पगडीचं जरा वजन बघा. डोक्यावर घातली की गरगरायला होतंय. कधी एकदा हा खेळ संपतोय असं झालंय.

बापट : नाहीतर काय! या खादीच्या धोतराने मांड्यांना खाज सुटलीय. हे घड्याळ कमरेला चावतंय. हा चष्मा सारखा कानाला टोचतोय, शिवाय समोरच सगळं धुरकट दिसतंय ते वेगळंच—

जाधव : किती किती तक्रारी कराल बापट? अहो, गांधी म्हणून मिरवायचं आहे ना, मग थोडा त्रास सहन करायलाच हवा. बिन-त्रासाचं गांधी कसं होता येईल बापट?

[बाहेरून बाबू प्रवेश करतो. सगळे त्याच्याकडे बघतात.]

जाधव : अरे बाबा इथली सगळी कामं सोडून, तू बाहेर कुठे भटकतोयस?

बाबू : आपून भटकायला गेलो नव्हतो. कामासाठीच बाहेर गेलो होतो.

जाधव : तो चित्ररथ कुठे आहे?

बाबू : चित्ररथ तयार आहे. वर्कशॉप मधून निघाला आहे. अर्धा तास — फक्त अर्ध्या तासात जुलूस निघेल.

प्राध्यापक : नाही पाच वाजल्यापासून तू आपलं हेच सांगतो आहेस.

बाबू : (उत्साहाने) खोटं नाय — आपन आता डायरेक्ट फोनवर बोललो. आपण एकदम रेडी राहायला पाहिजे. अहो, बाहेर जाम तुफान गर्दी जमलीय. रस्त्याच्या दोन्ही बाजूला शाळेची पोरं हातात झेंडे घेऊन उभी आहेत. अहो, पोरं एकासुरात ''जयहिंदऽऽऽ'' म्हणाली ना, तेव्हा अक्षरशः अंगावरचे केस उभे राहिले. माँ कसम! खोटं नाय सांगत. फटाके, ढोल, ताशे, बँड, धमाल येणार बघा आज.

बापट : हे बघ... या, या सगळ्या बातम्या कुठून आणतोस तू?

बाबू : बातम्या म्हणजे — डायरेक्ट बीबीसी न्यूज. फालतू वार्ता करताच नय आपून — डायरेक्ट पावलसच बोलला मला.

बापट : पावलस—?

बाबू : (अत्यंत सलगीने) अहो पावलस. क्रिष्णा पावलस — पावलसको कौन नही पहचानताय बोलो? अहो असं काय करताय. मघाशी, मघाशी माझ्या खांद्यावर हात टाकून बोलत होता बघा. मोठा माणूस पण गर्व नाय. उसका अपना सॉलीड है. त्याची बायको मला भाऊ मानते.

बापट : हे बघ, जरा नीट सांग — कोण हा पावलस—?

बाबू : (समजावण्यासाठी बापटांच्या जवळ सरकतो.... पण ही सलगी बापटांना आवडत नाही. बापट दूर सरकू पाहतात.) अहो — मघाशी तुमचा पाया नाही का पडला. क्रिष्णा पावलस! भाईचा राईट हँड! नंबर वन शूटर! आजचा प्रोग्राम तोच मॅनेज करतोय. उसका अपना सॉलीड है.

जाधव : (बाबुच्या स्पष्ट बोलण्याने अस्वस्थ होतात. त्याच्यावर खेकसतात) हे बघ इथे चकाट्या पिटत बसू नकोस. पुढच्या तयारीला लाग, जा—

बाबू : तयारी कसली. आपून तैयार है. ट्रकचा आवाज आला की झेंडा उचलायचा, भारतमाता की जय म्हणायचं, आणि ट्रकखाली जाऊन मरायचं. चला, आपण रेसल करूया.

प्राध्यापक : नको. आम्हाला सगळा स्वातंत्र्याचा इतिहास पाठ आहे.

बाबू : पण मला वाटतं...

सबनीस : तुला काय वाटतं हे कुणी विचारलेलं नाही, ते महत्त्वाचंही नाही.

बाबू : व्वा, महत्त्वाचं नाही कसं — पावलस आपूनको बोला है.

बापट : काय?

बाबू : प्रोग्रॅम बरा व्हायला पाहिजे — इतिहास चांगला दाखवा. प्रोग्रॅम भाईचा आहे, तुम्हाला काय, भाईकि इज्जत का सवाल हैं. भाईचं नाव खराब होता कामा नये.

[दारातून छोट्या हाक मारतो बाबूSSS. बाबू लगबगीने बाहेर निघून जातो.]

बापट : पाहिलंत — कसा मांडीला मांडी लावून बसतो. चुरूचुरू बोलतो. फार माजलेत. आपण ह्यांच्याशी जरा सलगीनं वागावं — प्रेमानं बोलावं, तर हे पार डोक्यावर चढून बसतात हो.

प्राध्यापक : अहो तो भाईशी संबंध असल्याचं दाखवून आपल्यावर इंप्रेशन मारायला बघतोय.

जाधव : प्राध्यापक मला सगळं कळतंय. मी दूधखुळा नाही. वकील आहे वकील! मी मघाशीच त्याला हाकलून लावला असता — पण काय करणार? आपण सगळे हे असे इतिहासात अडकून पडलोय. आपल्यात तो एकच असा आहे, जो इतिहासात असुनही बाहेर जाऊ शकतो. बाहेर काय घडतंय ते येऊन सांगू शकतो.

प्राध्यापक : खरंय. या घटकेला तरी, आपल्यात तोच काय तो एक वर्तमानाशी संबंधित आहे.

[बाहेर एखादं राष्ट्रीय गाणं सुरू होतं. मग अचानक गाणं थांबतं. आणि अत्यंत भसाड्या आवाजात अनाऊन्समेन्ट ऐकू येते—

''स्वातंत्र्याचा रोमहर्षक इतिहास दाखवणारी भव्य शोभायात्रा थोड्याच वेळात सुरू होत आहे.''

''राष्ट्रपुरुषांना ओवाळणाऱ्या बायकांनी कार्यालयामागे हजर राहावे.''

''सुरेश चव्हाण — सुरेश चव्हाणSSS कार्यालयात ताबडतोब यावे.''

पुन्हा गाणं सुरू होतं—]

[बाहेरून एक १६-१७ वर्षांची अत्यंत देखणी मुलगी प्रवेश करते. सोनेरी केस. अत्यंत तंग कपडे. ती परदेशी बाहुली वाटते आहे. अत्यंत आकर्षक आणि शैलीदार हालचाली. तिच्या खांद्यावर कॅमेऱ्याची बॅग. सगळं बोलणं इंग्रजीतून, अथवा इंग्रजी मराठीतून. सगळे थक्क होऊन तिच्याकडे बघत राहतात.]

बार्बी : हाय — हाय एव्हरीबडी — आय ॲम बार्बी — तुम्ही सगळ्यांनी मला बार्बी म्हणायचं. बार्बी — ओ. के. तुमच्या इंडिपेन्डन्टसला पन्नास वर्ष झाली — कॉन्ग्रॅज्युलेशन्स. तुमच्या कंट्रीत जो कलरफुल सेरेमनी चालू आहे त्याचं कव्हरेज करायला मी इथे आली आहे. अमेरिकन मिडिआसाठी मी हे कव्हरेज

करते आहे. (मग गांधींकडे बघते.) हे कोण—? महात्मा गांधी का? माय गॉड! काय क्यूट दिसता हो तुम्ही — बेन किंग्जलेपेक्षाही तुम्ही जास्त रियल गांधी वाटता — मी तर प्रेमातच पडले तुमच्या. (ती पटकन गांधींचं चुंबन घेते — बापट गोंधळतात.) मला वाटलं तुम्ही दुसरा गालही पुढे कराल. [हसते. तिच्याबरोबर सगळे हसू लागतात. प्राध्यापक वाकून तिला अभिवादन करतात.] आणि हे कोण? जवाहरलाल — आणि — ते — ते — सुभाषचंद्र बोस — राईट—? आणि हे—

बापट : हे मि. बाल गंगाधर तिलक—

बार्बी : काय ब्युटिफुल हॅट आहे.

प्राध्यापक : ही हॅट नव्हे — ही पगडी. ह्याला पुणेरी पगडी म्हणतात.

बार्बी : तुमचं काम झालं की ही हॅट मला द्या. आठवण म्हणून द्याल ना? — माय गॉड! या मॅडमकडे माझं लक्षच गेलं नाही. काय सुंदर ड्रेस डिझाइन केलाय या मॅडमचा. सिम्पल पण किती सेड्युसिंग आहे. ब्लाऊझचा कट मला खूप आवडला.

[बाबू बाहेरून प्रवेश करतो. आ वासून बार्बीकडे बघत उभा राहतो. बार्बी बाबूकडे बघत—]

बार्बी : छान सेक्सी वाटतं — हो की नाही रे? तू पण हिस्ट्रीतलाच आहेस का?

बाबू : (उत्साहाने) हो — मी-मी — बाबू गेनू...

बार्बी : म्हणजे — मीच तुमच्यात काय ती, एक रीयल — खरीखुरी.

सबनीस : म्हणजे आम्ही सगळे खोटे की काय?

बार्बी : आय ॲम सॉरी — माझं मराठी जरा वाईट आहे. तुम्ही सगळ्यांनी मला जरा सांभाळून घ्यायचं बरं का—? मि. गांधी —

बापट : डोन्ट कॉल मी मि. गांधी.

बार्बी : आय ॲम सॉरी महात्मा गांधी—

बापट : हे तर अजिबात चालणार नाही. मी बापट — मला मिस्टर बापट म्हणायचं.

बार्बी : तर मि. बापट — तुमची परवानगी असेल तर — आपण कामाला सुरुवात करूया? मला तुमचे फोटो हवे आहेत. (बार्बी उत्साहाने फ्रेम कंपोझ करते आहे. बापट अत्यंत उत्साहाने पोझ देत आहेत.) इथे, इथे असे हं — इथे बसा (बापट चरख्यासमोर गांधींसारखे बसतात. सबनीसदेखील बापटांच्या मागे नेहरूंच्या पोझमध्ये उभे राहतात.) मि. नेहरू प्लीज तुम्ही या फ्रेममध्ये नाही आहात — तुमचे फोटो नंतर. ओ. के! मला आता फक्त गांधींचे फोटो हवेत. (सबनीस या

कंपोझीशन मधून बाहेर पडतात.) प्लीज नजर इकडे, चेहरा थोडासा टील्ट करा, हं — आणि आता... मि. नेहरू प्लीज ती चरख्याजवळची तलवार उचला — थँक यू—

[सबनीस तलवार उचलतात. रागाने बापटांकडे बघतात. आणि या दृष्यातून बाहेर पडतात. या दृष्यावर अंधार.]

२

[दुसऱ्या कोपऱ्यात बाई एकट्याच बसल्या आहेत. स्वेटर विणतायेत. सबनीस हातात तलवार घेऊन प्रवेश करतात.]

सबनीस : बाई, ही तुमची तलवार... चरख्याजवळ पडली होती.

बाई : थँक यू.

सबनीस : काय? स्वेटर विणताय वाटतं—

बाई : हो—

सबनीस : बरंय — तेवढाच टाइमपास, नाही का? आम्हांला काहीच करता येत नाही. शोभायात्रा कधी सुरू होते त्याची वाट बघत बसायचं. (घड्याळात बघत) साडेसहा वाजले—

बाई : (काळजीच्या सुरात) साडेसहा वाजले?

सबनीस : हो.

बाई : अहो, मला एक फोन करायचा होता.

सबनीस : आय ॲम सॉरी. मी माझा सेल्यूलर आणलेला नाही. अहो, नेहरू कितीही आधुनिक असले तरी त्यांच्या कोटात सारखा सेल्यूलर वाजतो हे बरं दिसेल का तुम्हीच सांगा?

बाई : मी पटकन बाहेर जाऊन फोन करून येऊ का?

सबनीस : अहो — झांसीची राणी पब्लिक फोनवरून बोलते हे लोकांनी बघितलं तर लोकांच्या भावनेला धक्का बसेल. आपले लोक इतिहासाच्या बाबतीत फार सेन्सिटीव्ह असतात. अहो, लोकांचंच कशाला — मी, मी तुम्हाला हे विणकाम करताना बघितलं — आणि मलादेखील क्षणभर धक्काच बसला — पण स्वेटर तुम्ही सहज विणताय ना—?

[गांधींवर फ्लॅश पडतो. दोघेही तिकडे बघतात.]

सबनीस : ती मुलगी — काय नाव तिचं—?

बाई : बार्बी!

सबनीस : फार चमत्कारिक आहे हो — कपडे बघा — असूनही सगळं नसल्यासारखं आहे. तिच्याकडे सरळ बघायचं म्हणजे आपल्याला लाजल्यासारखं होतं — आणि मघाशी तुम्हाला ती डायरेक्ट बोलली हे मला फारसं आवडलेलं नाही.

बाई : काय?

सबनीस : म्हणजे तुम्ही या कपड्यात सेक्सी दिसता वगैरे. हे खरं असलं तरी असं डायरेक्ट बोलणं आपल्या संस्कृतीत बसणार नाही. स्त्रीचा सन्मान करण्याची आपली एक परंपरा आहे. आणि एक सांगू का मनातलं. तिचं सगळं सौंदर्य खोटं आहे, तकलादू आहे. निळे डोळे, सोनेरी केस, हिरव्या पापण्या, तपकिरी ओठ आणि वरच्या बाजूला उसळणाऱ्या छात्या — ह्याला काय सौंदर्य म्हणायचं. रंग, रूप, बांधा, आकार सगळंच खोटं — (तिच्याजवळ जात खाजगी बोलल्यासारखं) आता खरं सांगू का—?

बाई : काय?

सबनीस : तिच्यापेक्षा तुम्ही कितीतरी पटीनं सुंदर आहात. नॅचरल आहात. शेवटी हेच खरं टिकाऊ सौंदर्य — तुमचे लांबसडक केस — पाणीदार डोळे, डाळिंबी ओठ, नऊवारी साडीत तुम्ही त्या पोरीपेक्षा जास्त आकर्षक वाटता — आकर्षक आणि सात्त्विक — तुम्ही तलवार घेऊन उभ्या राहाल आणि 'मेरी झांसी मैं नही दूंगी' म्हणाल तेव्हा — तुम्ही दुर्गेचा अवतार वाटाल... हजारो माणसांच्या अंगावर रोमांच उभे राहतील — देशप्रेमाने मनं ओथंबून जातील. माणसं बलिदानाला तयार होतील. (त्यांना गदगदून येतं.) हे, हे — खरं सौंदर्य — (कोटाला लावलेला गुलाब काढून बाईंना देत) हे, हे घ्या — भारतीय सौंदर्याला कुर्निसात—

बाई : (दचकून) अहो — हे काय?

सबनीस : गुलाबाचं फूल. खरं आहे — प्लास्टीकचं नाही. चरखा, घड्याळ, तलवार — हे सगळं खोटं — पण हे फूल खरं आहे — घ्या.

बाई : असू दे — अहो तुमच्या बटनातच ते शोभून दिसतंय.

सबनीस : नाही — नाही म्हणू नका. माझ्या छातीला ते सतत आतून टोचतंय — घ्या—

[बाईला प्रेमाने गुलाब देत असताना अचानक प्राध्यापक येतात. गडबडीत गुलाब खाली पडतो — प्राध्यापक गुलाब उचलतात. सबनीसांकडे देतात.]

प्राध्यापक : सबनीस, तुमचा गुलाब खाली पडला — घ्या—

सबनीस : थँक यू.

प्राध्यापक : अहो जरा जपून — गुलाबाशिवाय नेहरू हे काही बरं वाटत नाही.
[अचानक प्रकाश कमी होतो. खिडकीच्या काचेतून मात्र बाहेर सूर्यास्त होत
असल्यासारखा प्रकाश. अचानक खिडकीवर एका माणसाची छाया दिसते.
हालचाली संशयास्पद. तो आत बघण्याचा प्रयत्न करतो आहे, एखाद्या
सस्पेन्स, थ्रिलर सिनेमात वाजावं तसं संगीत — पुढे हळूहळू प्रकाश येतो.]
[एका कोपऱ्यात जाधव — शांतपणे डुलक्या काढताहेत. बाबू बाहेरून एक
मोठा खोका उचलून आणतो आणि त्यांच्या शेजारी ठेवण्याचा प्रयत्न करत
असतानाच जोराचा आवाज येतो. खिडकीमागचा माणूस पटकन नाहीसा होतो.
जाधव झोपेतून धडपडत उठतात.]

जाधव : कोण आहे? काय झालं? अरे काय झालं — एवढा कसला आवाज
झाला—?

बाबू : काही नाही साहेब — मी, मी आहे. बाबू—

जाधव : रात्रभर झोपलो नाही. आता बसलो की डोळा लागतो. छेः खूपच उशीर
झाला — हा मेकप जाईल म्हणून डोळ्यांवर पाणीही मारता येत नाही.

बाबू : साहेबऽऽऽ

जाधव : (उर्मटपणे) काय आहे?

बाबू : साहेब — काल तुम्ही भाईच्या घरी गेला होता ना—?

जाधव : (दचकून) हे तुला कुणी सांगितलं?

बाबू : साहेब — मी बाहेरच होतो — मी बघितलं तुम्हाला — हाक मारणारच
होतो, पण—

जाधव : मी वकील आहे. भाईच्या सगळ्या केसेस मी चालवतो. त्याची माणसं
सोडवून आणण्याचं काम मी करतो. हा माझा व्यवसाय आहे.

बाबू : तुम्ही शाळेचेपण अध्यक्ष आहात ना—?

जाधव : हो.

बाबू : साहेब, मी त्याच शाळेत होतो—

जाधव : (कुत्सितपणे) हो का — अरे वाः अभिमान वाटावा अशीच गोष्ट आहे.

बाबू : दहावीत शाळा सोडली.

जाधव : (तिरकसपणे) अरे, दहावी पास म्हणजे काही कमी शिक्षण नव्हे.

बाबू : दहावीला बसलो नाही.

जाधव : अरेरे — बसला असतास तर बोर्डात पहिलाच आला असतास—

बाबू : साहेब — मला तुमच्या शाळेत नोकरी बघा ना—

जाधव : बघतो — बघतो—

बाबू : खरंच—

जाधव : तर — डायरेक्ट मुख्याध्यापकच करून टाकतो. चालेल ना तुला—?

बाबू : (केविलवाणा होत—) साहेब शिपायाची नोकरीसुद्धा चालेल—

जाधव : अरेरे — काय ही दळभद्री लक्षणं — म्हणे शाळेत मला शिपाई करा. अरे भाईच्या जिवावर तुझं बरं चाललंय. तुझ्यासारख्या कर्तृत्ववान, पराक्रमी तरुणांनी शाळेची घंटा बडवण्यात आपलं आयुष्य वाया घालवायचं का—? भाईकडे तुझं उत्तम चाललंय — तिथेच तू खरा नावारूपाला येशील— (बाबू निराश — जायला निघतो) — हे बघ इकडे ये — (बाबू मोठ्या आशेने जवळ येतो.) माझ्यासाठी दोन मावे — आणि — संध्याकाळचे दोनचार पेपर घेवून ये. — जा!

[बाबू बाहेर जातो. जाधव आरशासमोर उभे राहतात. आरशात बघतात. आणि प्रचंड धक्का बसल्यासारखे दचकतात. डोळे चोळतात. पुन्हा बघतात — आणि पटकन आत निघून जातात.]

३

[बार्बी गांधींचे फोटो काढते आहे. बापट अत्यंत अवघडल्यासारखे उभे आहेत.]

बार्बी : मि. गांधी— प्लीज स्माइल! अजून मोकळे व्हा. फ्री व्हा.

बापट : प्लीज मला गांधी नको म्हणूस — गांधी म्हटलं की माझं सगळं शरीर आक्रसून जातं. (गंभीर होत) गांधीवधानंतर झालेल्या दंगली मला आठवायला लागतात.

बार्बी : ओ. के — आय ॲम सॉरी मिस्टर बापट, मिस्टर बापट — हे फोटो सगळ्या जगभर जाणार एवढं लक्षात ठेवा. बापट तुम्ही या कॅमेऱ्याचं टेन्शन घेऊ नका — तुम्ही बोलत राहा — (बापटांना मोकळं करण्यासाठी बार्बी उत्साहाने बोलते आहे.) बापट — तुम्हाला मुलं किती?

बापट : एक मुलगा, एक मुलगी — मुलगा अमेरिकेत असतो. इथे इंजिनिअर झाला आणि पुढे शिकायला अमेरिकेत निघून गेला.

बार्बी : खरंच? रियली यू डोन्ट लुक दॅट ओल्ड.

बापट : तो सध्या तिथल्याच एका रिसर्च इन्स्टिट्यूटमध्ये नोकरी करतो — त्याचा स्वतःचा बंगला आहे, समोर स्वीमिंग पूल — कार — छान सेटल झालाय. मीच त्याला म्हटलं, तिथेच राहा. इथे येऊन तरी काय करणार? या

देशात आता काय आहे — काही स्कोप नाही. टॅलेंटची कदर नाही. सगळं गलिच्छ राजकारण चाललंय. — बरं, तो तिथं असला, तरी आपल्या देशाला, आपल्या मातृभूमीला विसरलेला नाही. देशाचा फार अभिमान आहे त्याला — (हसत) तुला गंमत सांगतो — मध्यंतरी अयोध्येत गडबड झाली. वादग्रस्त ढाचा उद्ध्वस्त झाला. आम्हाला इथे ठाऊकच नाही. पहिल्यांदा अमेरिकेहून त्याचा फोन आला — म्हणाला — ''कॉन्ग्रॅज्युलेशन बाबा, आज देशावरचा कलंक धुतला गेला.'' मी त्याला म्हटलं, हळू बोल, बाबा — हा हिंदुस्थान आहे. इथे उघडपणे हे बोलायचीदेखील चोरी आहे.

[कॅमेऱ्याचा फ्लॅश...]

(गंभीर होत) परवाच रात्री त्याचा फोन आला. म्हणाला, ''बाबा जानव्याचा जोड आणि गीतरामायणाची सी. डी. पाठवा'' — शेवटी संस्कार महत्त्वाचे.

बार्बी : इज ही मॅरीड?

बापट : नाही. त्याला इथली भारतातलीच मुलगी हवी आहे. बाय द वे — माझा एक चांगला फोटो मला दे, बरं का? त्याला पाठवायचा आहे. तो मला फोनवर म्हणाला— ''तुम्ही गांधींपेक्षा विवेकानंद किंवा सुभाषबाबू झाला असता — तर मला जास्त आवडलं असतं!'' — आता आपण काय व्हायचं ते आपल्या हातात कुठे असतं — मी म्हणे गांधींसारखा दिसतो — म्हणून झालो गांधी.

[जाधव आंतल्या खोलीतून बाहेर येतात आणि बार्बीसमोर उभे राहतात.]

जाधव : (अत्यंत उत्साहाने) आता एवढ्यात गंमतच झाली — डोळे चुरचुरतात म्हणून आरशासमोर जाऊन उभा राहिलो. आणि समोर बघितलं तर प्रत्यक्ष सुभाषबाबू. मी क्षणभर दचकलोच. काय चाललंय हेच कळेना — सुभाषबाबू म्हणजे मीच हे कळायला मला पाच मिनिटं लागली — आता बोला — मी हुबेहूब सुभाषबाबू वाटतो की नाही—?

बापट : (स्वतःशीच) एवढं सगळं अंगावर चढवल्यावर कुणीही सुभाषबाबू वाटेल.

जाधव : (रागावून) एवढं सगळं उतरवूनही तुम्ही गांधी वाटत नाही त्याचं काय?

बापट : (समजुतीच्या सुरात) हे बघा, तुम्ही उगाच गैरसमज करून घेताय, मला म्हणायचं होतं — महत्त्वाचा आहे तो सुभाषबाबूंचा कणखर, करारीपणा — त्यांचं तेज—

जाधव : म्हणजे काय? या, या कपड्यात मी कणखर नाही वाटत? मी — मी या कपड्यात काय लाचार दिसतो?

बार्बी : प्लीज — भांडण नको — तुम्ही मि. सुभाषचंद्र बोसांसारखे दिसता.

जाधव : नाही तर काय? सुभाषबाबूंचाही स्वातंत्र्य संग्रामात फार महत्त्वाचा वाटा आहे. (जाधव सुभाषबाबूंच्या भूमिकेत शिरतात.)

सुभाष/जाधव : आपण जास्तीत जास्त हालअपेष्टा सोसायच्या आणि त्याच वेळी शत्रूला मात्र कमीत कमी त्रास होईल अशी काळजी घ्यायची, या पद्धतीने खेळले जाणारे राजकीय युद्ध यशस्वी होणे शक्य नाही. केवळ आपण यातना सोसल्याने किंवा शत्रूवर प्रेम करू लागल्याने त्याचे हृदय परिवर्तन घडून येईल ही आशा करणे व्यर्थ आहे.''

बापट : (नकळत तोंडातून दाद निघते) वा...वा!

जाधव : बापट, अशा भाषेत गांधींना ठणकावण्याची हिंमत फक्त सुभाषबाबूंत होती आणि तुम्ही म्हणता माझ्यात करारी कणखरपणा नाही. त्यांचे अंदाज फसले असतील, — त्यांना अपेक्षित यश मिळालं नसेल, पण म्हणून ते या देशासाठी लढलेच नाही असं म्हणता येईल? — कुणावर अन्याय करू नका — खराखुरा इतिहास दाखवा (बार्बीला उद्देशून) सर्व रोल या बापटांवर वाया घालवू नकोस — दोन-चार फोटो सुभाषबाबूंचेही काढ — म्हणजे इतिहासाला न्याय दिल्यासारखं होईल.

बापट : काढा — ह्यांचे फोटो काढा — आम्हाला प्रसिद्धीची हाव नाही.

[बापट बाजूला होतात — जाधव सुभाषबाबूंच्या पोझमध्ये उभे राहतात. बार्बी कॅमेऱ्यातून बघत आहे. जाधव हळूहळू सुभाषबाबूंच्या भूमिकेत शिरतात.]

सुभाष/जाधव : आपल्या देशाच्या या निर्णायक क्षणी, सर्वांची प्रतिज्ञा एकच असली पाहिजे, परिणामांची पर्वा न करता, स्वातंत्र्य मिळेपर्यंत लढत राहण्याची, कारण आपले स्वातंत्र्य आपणच मिळवायचे आहे, दुसरा कुणीही आपल्याला ते मिळवून देणार नाही, हे लक्षात ठेवायला हवे.

स्वातंत्र्य मागायचे नसते — ते मिळवायचे असते — आणि समजा हे असे स्वातंत्र्य मिळाले तरी त्याला काहीही किंमत प्राप्त होत नाही, कारण आपण आपल्या कर्तृत्वाचा अभिमान बाळगावा असे त्यात काहीही नसते.

[थांबतात. फ्लॅश पडत नाही — पुन:पुन्हा नाटकी हावभाव करत तेच तेच बोलत राहतात.]

[बार्बी कॅमेरा क्लिक करू पाहते. पण कॅमेरा क्लिक होत नाही.]

बार्बी : आय ॲम सॉरी जाधव—

जाधव : काय झालं?

बार्बी : रोल संपला वाटतं—

जाधव : ह्यात नवीन काही नाही. सुभाषबाबूंना आयुष्यभर हेच ऐकावं लागलं आहे.

[जाधव तणतणत, रागारागाने आत निघून जातात. बार्बी रोल भरण्यासाठी आतल्या खोलीत निघून जाते.]

[छोट्या प्रवेश करतो. रंगमंचावर कुणीही नाही. तो सहज रंगमंचावर फिरतो, उड्या मारतो, मग एका कोपऱ्यात ठेवलेल्या खुर्चीत हातपाय पसरून मोठ्या ऐटीत बसतो. रुबाबात मागे मान टेकतो आणि डोळे मिटतो.

अचानक एखादं सुंदर स्वप्न सुरू झाल्यासारखा प्रकाश आणि संगीत. छोट्या स्वप्नातून उठल्यासारखा उठतो. भिंतीला अडकवलेला झेंडा घेतो. कौतुकाने बघतो.

पंडित नेहरू प्रवेश करतात. त्याला प्रेमाने जवळ घेतात. ते छोट्याच्या खांद्यावर हात टाकून उज्ज्वल भारताचं स्वप्न बघतायेत. (नेहरूंचं ध्वनीमुद्रित भाषण ऐकू येतं) हू लिव्हज इफ इंडिया डाइज, हू डाइज इफ इंडिया लिव्हज! ''भारताने नियतीशी बऱ्याच वर्षांपूर्वी केलेल्या संकेताची आज पूर्णतया नव्हे — तरी बऱ्याच प्रमाणात पूर्तता होत आहे. सारे जग झोपलेले असताना भारतात स्वातंत्र्याचा उदय होत आहे.''

रंगमंचावर पहाट होते. नेहरू आत निघून जातात. ''नन्हा मुन्ना राही हूँ — देश का सिपाही हूँ. बोलो मेरे संग जयहिंद, जयहिंद, जयहिंद'' — हे गाणं सुरू होतं. या गाण्यावर छोट्या झेंडा घेऊन नाचतो. नेहरू, गांधी, झांशीची राणी, सुभाषबाबू, टिळक या नाचात सामील होतात. हळूहळू रात्र होत जाते. मग छोट्या थकतो. दमतो. जमिनीवर आक्रसल्यासारखा झोपतो. नेहरू, गांधी, टिळक, सुभाषबाबू निघून जातात.

बाई पुढे येतात. त्याच्या अंगावर झेंडा पांघरतात. अत्यंत मायेने त्याला थोपटतात — निघून जातात.

पोलिसांचा सायरनचा आवाज — खाड खाड बुटांचे आवाज, मग छोट्या घाबरतो — झोपल्या झोपल्या हातपाय झाडू लागतो. त्याला पळायचं असावं पण त्याला पळता येत नाही — मग किंचाळतो — उठतो — झेंडा खांद्यावर पांघरून गारठल्यासारखा कोपऱ्यात बसतो.]

[प्रकाश पूर्ववत]

[बार्बी त्याचे फोटो काढते आहे. फोटो काढता काढता बोलते आहे.]

बार्बी : तुझं नाव काय—?

छोट्या : (घाबरलेला) छोटू...

बार्बी : राहतोस कुठे—?

छोट्या : फूटपाथवर.

बार्बी : तुझे आईवडील कुठे आहेत—?

छोट्या : माहीत नाही.

बार्बी : तुला कोण. — कोण व्हावंसं वाटतं?

छोट्या : माहीत नाही.

बार्बी : तुझी ॲम्बिशन काय आहे?

छोट्या : माहीत नाही—

बार्बी : तुला कसलं स्वप्नं पडतं—? स्वप्नात तू काय बघतोस?

छोट्या : (अस्वस्थ) — मी, भान्या, गोपी, काळ्या — आम्ही सगळे झोपलेलो असतो — मग पोलिसांची गाडी येते — खाड खाड बूट वाजवत पोलीस येतो. तो माझ्या गांडीवर जोरजोरात फटके मारतो— (तो भयाने थरथर कापतो आहे—)

[सबनीस प्रवेश करतात — त्याच्या अंगावरचा झेंडा हिसकावून घेतात. पुन्हा भिंतीवर टांगतात. झेंड्याला भक्तिभावाने नमन करतात — डोळ्यांत पाणी — मग बार्बीला उद्देशून—]

सबनीस : बार्बी, ह्याचे फोटो कशाला काढतेस—? फोटो काढण्यासारखं खूप आहे या देशात — हे हे असलं दारिद्र्य परदेशाला दाखवून देशाची बदनामी करू नका.

(अंधार)

४

[बापट आणि जाधव एका कोपऱ्यात खिडकीच्या समोर बसले आहेत. जाधव सुभाषबाबूंची टोपी काढून बाजूला ठेवतात. पुढचं दृश्य चालू असताना — बोलता बोलता सहज नकळत — बापट सुभाषबाबूंची टोपी उचलतात आणि त्या टोपीशी चाळा करत बोलत राहतात.]

जाधव : बापट — मध्यंतरी तुम्ही मला फोन केला होता — त्या प्रकरणाचं पुढे काय झालं—?

बापट : कोणतं प्रकरण म्हणताय जाधव—?

जाधव : तुमच्या बिझिनेसशी संबंधित, काहीतरी भानगड होती—

बापट : अहो बिझिनेस — म्हणजे हजार भानगडी असतात — आता तुम्ही नेमकं कशाबद्दल बोलताय.

जाधव : मला वाटतं — तुमचा पार्टनर हुसेन बाटलीवाला बरोबर काहीतरी—

बापट : ते होय — काही विचारू नका — त्या प्रकरणाचा भयंकर मनस्ताप झाला मला.

जाधव : ती केस तुम्ही माझ्याकडे देणार होता—?

बापट : मी नंतर विचार बदलला—

जाधव : म्हणजे — वकील बदललात की काय—?

बापट : नाही हो—

जाधव : मग काही सेटलमेंट झालं की काय?

बापट : छे: हो — बराच प्रयत्न केला. पण काही होण्यासारखं नव्हतं. कायद्याची भाषा कळत नाही. 'हम करेसो कायदा' — मुजोर असतात हे लोक. कोर्ट-कचेऱ्या करण्यात काहींच अर्थ नव्हता.

जाधव : मग काय केलंत—?

बापट : काय करू शकतो आपण—? आपण काहीच करू शकत नाही. अहो शेवटी काय—? भाईकडे गेलो — आता थोडे पैसे गेले — पण कायमची कटकट मिटली.

जाधव : म्हणजे?

बापट : तुम्हाला माहीत नाही का—? अहो पोलिसांनी मागच्या बाँबस्फोट प्रकरणात त्याला उचलला. सध्या हुसेन टाडाखाली आत आहे.

जाधव : (काही महत्त्वाचं सांगण्यासाठी जवळ जात) बापट—

[धाडकन मागची खिडकी उघडते. बोलणं थांबतं. बापट, जाधव दचकून खिडकीकडे बघतात. खिडकीत कुणीही नाही. जाधव खिडकी बंद करतात. बापटांच्या हातातल्या सुभाषबाबूंच्या टोपीकडे त्यांचे लक्ष जाते. जाधव पटकन टोपी हिसकावून घेतात — डोक्यावर घालतात. तेवढ्यात बाबू बाहेरून आत प्रवेश करतो. त्याच्या हातात वर्तमानपत्र. तो ते जाधवांना देतो.]

प्राध्यापक : अरे काय झालं—? तू चौकशी करायला म्हणून गेलास आणि तुझा पत्ताच नाही. अरे आयुष्यभर आम्ही असंच उभं राहायचं का—?

बाबू : तेच बघायला गेलो होतो—

प्राध्यापक : काय? चित्ररथ तयार आहे ना—?

बाबू : हो — चित्ररथ तयार आहे.

जाधव : तर मग — आता कुणाची वाट बघताय? चला—

बाबू : बाहेर थोडं लफडं होऊन बसलंय—

बापट : आता आणखी काय झालं—

बाबू : पोलिसांनी फांदा मारला—

बापट : म्हणजे—?

बाबू : त्यांनी मिरवणूक काढायला परवानगी नाकारली आहे. ते भाईला शोधतायेत—

[भाई — या शब्दाने बाई चमकतात.]

बापट : का—? परवानगी का नाकारली—? ही, ही म्हणजे पोलिसांची दादागिरीच झाली — ऐतिहासिक प्रसंग लोकांना दाखवणं हा काही गुन्हा आहे का—?

जाधव : हा सर्वसामान्य माणसांचा कार्यक्रम आहे. आपल्या उज्ज्वल इतिहासाच्या प्रेमापोटी तो इथे येणार आहे. जे स्वातंत्र्यासाठी लढले, ज्यांनी या पुण्यभूमीसाठी रक्त सांडलं, त्यांच्या स्मरणार्थ हा कार्यक्रम आहे.

टिळक : (निराश होत.) मला वाटतं — आता काही मिरवणूक निघत नाही.

बाबू : मिरवणूक निघणार — भाई टॉप लेव्हलवर बोलणी करतायेत—

बाई : भाई — भाई कोण?

[सगळे गप्प, शांत.]

बाई : अहो जाधव — हा भाई कोण? हे सगळं काय चाललंय—?

जाधव : (समजावत—) बाई, आपल्या स्वातंत्र्याला पन्नास वर्षं झाली. आपण सुवर्णमहोत्सव साजरा करतोय.

बाई : हे मला ठाऊक आहे जाधव—

जाधव : शासनातर्फे लाखो रुपये उधळून देशभरात कार्यक्रम साजरे होतायेत. पण या कार्यक्रमात सामान्य माणूस कुठे आहे—? बाई मला सांगा — स्वातंत्र्य चळवळीत सामान्य — अगदी रस्त्यावरच्या माणसांचासुद्धा सहभाग होता की नाही—?

बाई : हो — पण—

जाधव : आपला हा कार्यक्रम — त्या सामान्य माणसांसाटीच आहे. आणि फक्त तेवढ्यासाठीच आपण यात सहभागी झालो आहोत.

बाई : अहो — पण हा भाई कोण? त्याचा इथे काय संबंध—?

जाधव : बाई, हा एवढा मोठा भव्य कार्यक्रम करायचा म्हणजे — लाखो रुपयांचा खर्च असतो. आपण कुठून आणायचे पैसे? काम करण्यासाठी कार्यकर्ते कुठून आणायचे—? आज रस्त्यावर हजारो माणसे उभी आहेत — आपल्याला चार शेंबडी पोरं तरी गोळा करता आली असती का — मी म्हणतो हा कार्यक्रम भाई घडवून आणत असेल तर—

बाई : पण, हा भाईतर खंडण्या गोळा करतो — सुपाऱ्या घेऊन लोकांचे खून पाडतो—

[सर्व अत्यंत घाबरून बाईंच्या दिशेने सरकतात. बाईंना रोखू पाहतात.]

बापट : शूः — अहो जोरात बोलू नका, आपल्याला काय करायचं आहे त्यांच्या व्यवसायाशी, ते एकमेकांचा खून का करीनात — आपल्याला काही त्रास नाही ना, झालं तर मग—

सबनीस : बाई — तुम्ही उगाच घाबरताय. ती माणसं तशी आपल्या क्लासला घाबरतात, आपल्याला रिस्पेक्ट देतात. मघाशी तुमच्या पाया पडलाच ना तो — बाई, असं बोलून तुम्ही आम्हाला गोत्यात आणाल.

बापट : आपल्या परंपरेवर, इतिहासावर प्रेम करण्याचा त्याला पूर्ण अधिकार आहे. इतिहास ही कुणाच्या बापाची खाजगी मालमत्ता नव्हे.

प्राध्यापक : आणि मी, मी म्हणतो तो अपराधी असेल तर त्याची शिक्षा त्याला व्हायलाच हवी. पण—

जाधव : बाई, त्याला खुनी, गुंड म्हणण्यापूर्वी थोडा विचार करायला हवा होता. आतापर्यंत त्याचा एकही गुन्हा कोर्टात सिद्ध झालेला नाही.

[छोट्या प्रवेश करतो आणि निमूट मागे उभा राहतो.]

बाई : जाधव हा कार्यक्रम भाई करणार आहे हे तुम्ही मला आधी का नाही सांगितलं — जाधव, या कार्यक्रमात अडकवून तुम्ही मला फसवलं — सूड घेतला—

जाधव : बाई—

बाई : हा कार्यक्रम कोण करतोय तर म्हणे भाई. हे सांगताना तुमची जीभ अडखळत नाही — तुम्हाला शरमल्यासारखंही वाटत नाही — भाई — एक खुनी — खंडण्या गोळा करणारा, दिवसाढवळ्या लोकांचे मुडदे पाडणारा — समाजात दहशत निर्माण करणारा एक गुंड — मवाली.

[बाबू जोरात बाईऽऽ म्हणून ओरडतो. तो रागाने थरथर कापतो आहे, त्याला प्राध्यापक धरून शांत करू पाहतात.]

बाबू : भाईला असं बोललेलं आपण सहन करणार नाही. सांगतो परिणाम भयंकर होतील.

जाधव : (जोरात किंचाळतात) बाबू — गप्प बस. एक शब्द बोलू नकोस. आम्ही आहोत...

[बाई बाबूसमोर उभ्या राहतात. प्राध्यापकांना उद्देशून म्हणतात, 'सोडा त्याला' — प्राध्यापक त्याला सोडतात. तो बाईच्या डोळ्याला डोळा भिडवू शकत नाही. तो मान खाली घालतो. अपमानित झाल्यासारखा — एका कोपऱ्यात निघून जातो. सर्व हळूहळू आतल्या दिशेने निघून जातात. प्राध्यापक तिथेच एका खुर्चीवर डुलक्या काढत बसतात.]

[बाबू स्वतःवरच चिडलाय. रागाने थरथरतो आहे. मग शर्ट काढतो आणि आरशासमोर उभा राहून झपाटल्यासारखा व्यायाम करायला लागतो. छोट्या त्याच्या जवळ जातो.]

छोट्या : बाबू—

[बाबू उत्तर देत नाही.]

छोट्या : बाबू—

बाबू : (व्यायाम करता करता खेकसतो) काय आहे?

छोट्या : आता ही कसली मिरवणूक आहे रे—?

बाबू : त्यांच्या स्वातंत्र्याला पन्नास वर्षं झाली.

छोट्या : म्हंजे काय झालं—?

बाबू : तुला नाय कळायचं — शिकलेल्या लोकांसाठी आहे ते—

छोट्या : बाबू ती बाई सॉलीड डेअरिंगवाली आहे ना—?

बाबू : (रागाने) च्या आयला—

छोट्या : भाईला बिनधास्त काय काय बोलली.

बाबू : दुनियामे ऐसाही होता है छोट्या. हे साले आपल्याला जगू देणार नाही. भाईच्या आसऱ्याला गेलो तर हे त्याला संपवून टाकणार, देख छोट्या, ये लोग आपून को धीरे धीरे खतम कर डालेंगे, कुचल डालेंगे साले.

[बाबू हे सर्व व्यायाम करता करता बोलतो आहे.]

बाबू : देख छोट्या तू देख मै इनको छोडूंगा नहीं. वो आपून को पढाती थी तो क्या हुआ, वो आपून को अच्छी लगती है तो क्या हुआ — आपली खोपडी सटकली ना — तर झाटमारी आपून मागे-पुढे बघनार नाय — (व्यायाम थांबवतो — हरवल्यासारखा—) ती आम्हाला वर्गात शिकवायला लागली ना की मी असाच वेड्यासारखा तिच्याकडे बघत बसायचो. आपून को कुछ सुनाई नही पडता था — नुसता बघत बसायचो. वाटायचं तिनं आपल्याकडे बघावं. पन आपून साले ऐसे फालतू— सिंगलफसली, कडके — वाटायचं तिने — कायपन विचारावं. आपन तिच्याशी बोलावं — पन आपली भाषा ही अशी — वेडझवी. उसके एक नजर के लिये आपून मरता था. सारखा कुत्र्यासारखा मागे-पुढे करायचो. फिर आपून क्या किया मालूम—?

छोट्या : क्या—?

बाबू : दिवसभर व्यायाम करायला लागलो. तासन्तास बैठका मारायचो. देख...देख साले. कशी लोखंडासारखी बॉडी कमावली आहे मी — (छोट्या कौतुकाने त्याच्या पोटात गुच्चे मारतो.) मार... मार... मार साले मार...

छोट्या : बाबू तुझ्या अंगात सॉलीड ताकत आहे. साला पन्नास फायटी मारल्या तरी तुला काय होनार नाय.

बाबू : पर साला क्या फायदा — हे शरीर असंच सडून गंजून जाणार. भडवे माझ्याकडे कसे बघतात बघ. साले कसा माझा इन्सल्ट करतात बघितलास ना—

[जाधव प्रवेश करतात. ते काहीतरी शोधत आहेत. त्यांच्या डोक्यावर टोपी नाही. हातात वर्तमानपत्र. ते बाबू आणि छोट्याकडे तुच्छतेने बघतात.]

जाधव : माझी टोपी कुणी बघितली का—?

बाबू : नाही.

[बाबू पटकन शर्ट उचलतो. बाबू आणि छोट्या बाहेर निघून जातात.]

जाधव : अहो प्राध्यापक (प्राध्यापक एका कोपऱ्यात झोपले आहेत, ते दचकून उठतात) माझी टोपी तुम्हाला कुठे सापडली का?

प्राध्यापक : अहो हे ओझं सांभाळता सांभाळता आमच्या नाकी नऊ आलेत. आता त्यात तुमच्या टोपीचं काय घेऊन बसलात.

जाधव : पण मी म्हणतो टोपी अचानक गेली कुठं? मला आठवतंय — मी टोपी ही अशी — इथे काढून ठेवली होती. आता टोपीला काय पाय फुटले का—?

प्राध्यापक : अहो टोपी सापडेल. सुभाषबाबूंची टोपी कोण कशाला घेईल—? सापडेल.

जाधव : प्राध्यापक — टोपी सापडेल कशी, कारण ती हरवलेलीच नाही.

प्राध्यापक : म्हणजे—?

जाधव : टोपी पळवलेली आहे.

प्राध्यापक : कुणी पळवली—?

जाधव : कुठे बोलू नका. मला, मला त्या बापटांचा संशय आहे.

प्राध्यापक : अहो ते गांधी — त्यांना सुभाषबाबूंची टोपी काय करायची आहे?

जाधव : प्राध्यापक, तुम्हाला कळायचं नाही — हेच पॉलिटिक्स आहे. पण त्याला म्हणावं, मीदेखील पॉलिटिक्स कोळून प्यायलोय.

प्राध्यापक : (जाधवांच्या हातातल्या वर्तमानपत्राकडे लक्ष जातं) जाधव वर्तमानपत्र आजचं आहे का?

जाधव : हो, घ्या वाचा.

[प्राध्यापक पेपर घेऊन सहज चाळतात. अचानक एका बातमीवर नजर पडते. ते थरथर कापायला लागतात. पेपर लपवतात. इकडे तिकडे बघतात आणि आत निघून जातात.]

[बार्बी कॅमेरा सरसावून प्रवेश करते.]

बार्बी : आर यू रेडी मिस्टर जाधव—? मी तयार आहे. फोटो कधी काढायचे सांगा?

जाधव : (जाधव पटकन सुभाषबाबूंची पोझ घेऊ पाहतात, पण टोपी हरवल्याचं लक्षात येतं.) आता टोपीशिवाय फोटो कसे काढणार — थोडं थांब — मी टोपीचा शोध घेतो.

[जाधव टोपी शोधायला वळतात. बापट प्रवेश करतात. बार्बीच्या जवळ येतात. जाधव जाता-जाता संशयाने मागे वळून बघतात — मग त्यांच्याच मागे — एका खोक्याआड लपून बापट, बार्बींचं संभाषण ऐकतात.]

बापट : काय म्हणत होते जाधव—? टोपी हरवली ना? आता फिरा म्हणावं — बिनटोपीचं, उघड्या डोक्यानी. त्यांचं हे असंच आहे. शिस्त नाही. कसलीही हुशारी नाही. फक्त मोठेपणाची आणि मिरवायची हौस. आज त्यांचं सरकार आहे, म्हणून सगळा रुबाब. उद्या हे सरकार पडलं तर ह्यांना कुत्रं विचारणार नाही. (बार्बींशी सलगी करत) बाय द वे — बार्बी — माझा मुलगा, पुढच्याच आठवड्यात अमेरिकेहून यायचा आहे. चांगला उंच, देखणा, गोरा आहे. तो आला की मी तुझी ओळख करून देईन. आय ॲम शुअर — तो तुला आवडेल—

बार्बी : मिस्टर गांधी — तुम्ही काय मला सून बीन करून घेणार आहात की काय?

बापट : तू त्याला आवडलीस तर काय हरकत आहे — मला तर तू आवडलीच आहेस. — खरंच—

[बार्बी गांधींचा लाडाने गालगुच्चा घेते आणि निघून जाते. खोक्याआडून फक्त हाका — ऐकू येतात.]

जाधव : बापट — बापटऽऽऽ

[बापट दचकून बघतात. जाधव खोक्याला धक्का मारतात. खोका धाडकन् उलटा होतो. त्यातून अनेक बंदुका — बाँबगोळे इत्यादी बाहेर पडतात. स्टेजभर विखुरतात. या शस्त्रांमधून फिरता फिरता — जाधव आणि बापट बोलताहेत.]

बापट : जाधव — तुम्ही तिथे काय करत होता?

जाधव : (तिरकसपणे) टोपी — टोपी शोधत होतो. (बापटांकडे रोखून बघत) बापट — मी मघापासून तुम्हाला काही बोललो नाही, पण—

बापट : (हसत) काय—?

जाधव : बापट हसू नका. मी तुम्हांला जे काही सांगणार आहे ते फार महत्त्वाचं आहे.

बापट : काय—?

जाधव : मी तुम्हाला सावध करतोय बापट—

बापट : अहो जाधव, उगाच ताणताय कशाला. काय ते महत्त्वाचं सांगून टाका एकदाचं—

जाधव : तुमचा पार्टनर हुसेन बाटलीवाला—

बापट : त्याचं काय झालं?

जाधव : तो टाडाखाली बंद आहे.

बापट : हो — हे मीच तर तुम्हाला सांगितलं—

जाधव : मला सगळं ठाऊक आहे. आता या पुढचं ऐका बापट — हुसेनने इस्माईल भायच्या माणसांबरोबर बोलणी केली आहे.

बापट : कसली बोलणी—?

जाधव : तुम्हाला उडवायची सुपारी दिली आहे.

बापट : हे खोटं आहे जाधव — हुसेनला मी ओळखतो, तो असं कधीही करणार नाही.

जाधव : त्याची माणसं इथे तुमच्या मागावर आहेत.

बापट : (अत्यंत घाबरलेले) जाधव! नाही — नाही जाधव हे खोटं आहे. मला घाबरवण्यासाठी तुम्ही हे बोलता आहात. हो ना जाधव? (उसना आव आणत) पण मी घाबरत नाही. आणि समजा तशी वेळ आलीच तर — भाई — आमचा भाई माझ्या पाठीशी आहे एवढं लक्षात ठेवा—

[प्रकाश फक्त बापटांवर—

बापट बंदुका, बाँबगोळे सावकाश पुन्हा खोक्यात भरतात — हे भरत असतानाच, ते अत्यंत घाबरलेले, हळूहळू गांधींच्या भूमिकेत प्रवेश करतात.]

गांधी : हिंसामें भयसे मुक्ती नही मिलती, वह भयसे बचनेका इलाज ढुंढने का एक प्रयत्न है । उनके प्रति घृणा भयके कारण है । भय नही तो घृणा हो ही नही सकती । घृणा घृणा को जन्म देगी और दोनो तरफसे प्रतिशोधकी ज्वाला भडक उठेगी । हाल ही में हुए महायुद्धने घृणा के प्रयोग की निरर्थकता को बिलकूल स्पष्ट कर दिया है । और अभी यह देखना बाकी है — की कथित विजेता सचमुचमे विजयी हुए है — या कही अपने दुष्मनोंको गिरानेकी चाह और कोशिशमें, खुद ही तो नही गीर गये है ।

[बापट खोका पुन्हा पूर्ववत जाग्यावर ठेवतात.]

[प्राध्यापकांवर प्रकाश—

ते चोरून पेपर वाचत बसले आहेत. — छोट्या प्रवेश करतो. तो बापट कोण याचा शोध घेण्यासाठी आलेला आहे. छोट्या प्राध्यापकांकडे बघतो आहे. प्राध्यापक पेपर वाचता वाचता थरथर कापायला लागतात. पांढरेफटक पडतात. मग हळूहळू पेपर फाडतात. पेपराचे तुकडे करतात. पगडी काढून पेपराचे कपटे पगडी आड लपवतात. छोट्या थक्क होऊन हे बघतो आहे. तो प्राध्यापकांच्या जवळ जाऊन ''बापटऽऽ'' अशी हाक मारतो. ते उत्तर न देता तरातरा आत निघून जातात.]

[उजेड बाईंवर — बाई एकट्याच बसल्या आहेत.
बाबू बाहेरून आत — मोठा जड खोका घेवून प्रवेश करतो. समोर बाईंना बघतो. बाई त्याच्याशी काही बोलू पाहतात. तो त्यांना टाळतो. खोका व्यवस्थित रचून ठेवतो. मग जाता जाता अचानक बाईंसमोर थांबतो.]

बाबू : बाई — आज मी भाईमुळे उभा आहे. भाई है इसलिए आपून को इज्जत है — नाहीतर आपल्याला इथे कोण विचारतो. बाई, तुम्ही प्लीज भाईबद्दल काही बोलू नका.

बाई : बाबू... काय करतोस तू—?

बाबू : काही नाही.

बाई : काही नाही म्हणजे — कॉलेजात नाही का जात—?

बाबू : नाही—

बाई : कुठे नोकरी करतोस का—? काही धंदा करतोस का—?

बाबू : नाही — सांगितलं ना एकदा — मी काहीही करत नाही—

बाई : घरी कोण आहे तुझ्या—?

बाबू : भाऊ, बहीण आणि आई.

बाई : तू सर्वात मोठा का—?

[छोट्या त्याच्या मागे येऊन उभा राहतो.]

बाबू : (स्वतःवर रागावल्यासारखा...) हो, हो मी सर्वात मोठा, सगळं मीच बघतो, आपून घर चलाताय. मी शाळा सोडली, आपून कालेजात गेलो नाही. मी नोकरी करत नाही. भाई माझं घर चालवतो. भाई दोन वेळची रोटी देतो. (आवाज रडवेला...) मी फालतू, फाटका दरिद्री, भिकारचोट... (बोलता बोलता त्याच्या डोळ्यांत पाणी...) (छोट्या पटकन त्याचा हात धरतो.) (छोट्याला) च्याआयला डोळ्यात काय तरी गेलं वाटतं. बाई — मी रडत नाही, खरंच सांगतो... आपून कभी रोता नय. आपून फालतू असलो तरी आपल्या अंगात ताकद आहे. दहा माणसांना लोळवू शकतो मी... खोपडी सटकली तर आपून कुछभी कर सकताय. माँ, बाप, भाई, भेन काही बघणार नाय आपण. कोणत्याही थराला जाऊ शकतो. (शांतता. तिथून निघून जाता जाता थांबतो. दुसरीकडे बघत.) बाई, मी मी तुमच्या वर्गात होतो — तुम्ही मला इतिहास शिकवायचा.

[थांबलो तर रडायला लागू या भयाने बाबू तरातरा निघून जातो. बाई त्याला रोखू पाहतात. तो थांबत नाही. छोट्या बाईंच्या जवळ येतो.]

छोट्या : बाई चहा आणू—

बाई : नको—

[छोट्या आतल्या खोलीत जातो. जाधव अंदाज घेत पुढे येतात.]

जाधव : काय झालं—?

बाई : काही नाही.

जाधव : बाई, तुम्हाला तो काही बोलला का—?

बाई : नाही — अहो, तो काहीही बोललेला नाही.

जाधव : मवाली, गुंड आहे तो. अहो, ही रस्त्यावरची माणसं. अशा लोकांना आपण फार जवळ करू नये. अशा लोकांशी आपण संबंधच येऊ द्यायचा नाही.

बाई : अहो तो — आपल्या शाळेत होता. माझा विद्यार्थी आहे तो.

जाधव : बाई (शोधत) तुम्ही माझी... टोपी कुठे बघितलीत का—?

बाई : नाही—

जाधव : बाई — उद्या सकाळी तुम्ही शाळेत जाणार आहात ना—?

बाई : हो—

जाधव : (स्वेटर उचलत) — बाई, तुम्ही हा स्वेटर का विणताय—?

बाई : का—?

जाधव : विणू नका—

बाई : जाधव, तुम्हाला नेमकं काय म्हणायचं आहे?

जाधव : मी उद्या तुमच्याकडे महत्त्वाची कागदपत्र पाठवतो, हा बाबूच घेऊन येईल — तुम्ही फक्त सह्या करायच्या.

बाई : जाधव — हा हुकूम समजायचा का—? आणि जाधव मी पुन्हा तेच केलं तर—

जाधव : काय—?

बाई : कागद फाडून फेकून दिले तर—?

जाधव : (बाईंच्या जवळ जातात आणि रागाने किंचाळतात.) — फाडा — फाडा — फाडाच ते पेपर (स्वेटर भिरकावून देतात आणि रागारागाने आतल्या खोलीत निघून जातात. बाई स्वेटर आणि सुया गोळा करतात. हृदयाशी धरतात, हुंदका आवरतात आणि आत निघून जातात.)

[मग गुणगुणत सबनीस प्रवेश करतात. खिशातून हळूच लिपस्टिक बाहेर काढतात. आरशात बघून ओठ रंगवतात. — छोट्या त्यांच्या मागे उभा राहतो. सबनीस ओशाळतात. छोट्या त्यांना हाक मारतो.]

छोट्या : ''बापटऽऽऽ''

[सबनीस त्याच्याकडे लक्ष न देता निघून जातात.]

[बापट हाक ऐकून जवळ येतात. छोट्या त्यांच्याकडे टक लावून बघतो. मग खात्री करून घेण्यासाठी पुन्हा हाक मारतो. बापटऽऽऽ.]

बापट : अंऽऽऽ

छोट्या : वो — तुमीच बापट ना—?

बापट : अरे होय — मीच बापट—

छोट्या : वाटलंच मला—

बापट : काय—?

छोट्या : तुम्हीच बापट असनार म्हणून... पण तुम्ही फोटूत वेगळे दिसता.

बापट : काय बोलतोस तू—? कसला फोटो—?

छोट्या : त्यांनी मला एक फोटू दाखवला. म्हणाला— ''साला हा बापट आतमध्ये आहे का बघून ये—''

बापट : असं — असं कोण बोलला—? कोण आहे तो—?

छोट्या : एक माणूस — आमच्या हॉटेलसमोर उभा आहे, दुपारपासून उभा आहे. सारखा इथे बघतोय.

बापट : पण माझा फोटो त्याच्याकडे कसा—? कोण आहे तो—?

छोट्या : काय माहीत, या एरियातला वाटत नाय—

बापट : कसा दिसतो—?

छोट्या : काळा गॉगल लावलाय—

बापट : बापरे.

छोट्या : हिंदीतून बोलतोय.

बापट : राष्ट्रभाषेतून बोलतोय का—? म्हणजे तो नक्की मवाली गुंडच असणार—

छोट्या : मला बोलला. ''किसको कुछ बोलना नही. चुपचाप इंक्वायरी करके आव.'' हे बघा, मला शंभर रुपये दिले.

बापट : मग तू काय केलंस—?

छोट्या : मी पन हिंदीत बोललो.

बापट : अरे पण काय बोललास—?

छोट्या : बापट अंदरीच है.

बापट : (चिडून) तू असं का बोललास—?

छोट्या : पण तुम्ही खरे बापट ना—?

बापट : मी बापट नाही.

छोट्या : आत्ता, आत्ता बोललात तुम्ही बापट म्हणून—

बापट : म्हणजे मी, मी तसा बापटच.

छोट्या : हं — तेच बोललो मी.

बापट : बोलून सगळा घोळ घातलास ना—? मग आता काय?

छोट्या : आता तुम्ही कोन आहात एवढीच इंक्वायरी मला करायची आहे. तुम्ही गांधी ना—?

बापट : हो—

छोट्या : सांगतो त्याला बापट गांधी है.

बापट : नाही. नाही मी बापट आहे. पण गांधी नाही.

छोट्या : म्हणजे—?

बापट : मी सुभाषबाबू आहे.

छोट्या : म्हणजे—?

बापट : मी सुभाषबाबू आहे.

छोट्या : च्यायला — मला काय तुम्हा लोकांचा इतिहासच कळत नाय—

बापट : अरे तुला इतिहास कळत नाही म्हणून तर मी जिवंत आहे. अरे पण त्या गॉगल लावून हिंदीतून बोलणाऱ्या माणसाला तरी इतिहास कळतो कारे—? अगदी गांधी, सुभाषबाबूंचे विचार कळले नाही तरी चालतील — आग लागो म्हणावं त्या विचारांना. धोतरातले ते गांधी आणि पँटीतले सुभाषबाबू एवढा वरवरचा इतिहास कळला तरी खूप झालं—

छोट्या : अहो लवकर, तो उभा आहे — मी त्याला काय सांगू. उशीर केला, तर तो मला गोळी घालील.

बापट : (उसनं अवसान आणीत अचानक सुचल्यासारखं—) मी घाबरत नाही. माझ्याकडे बंदूक नसेल, माझ्याकडे तलवार नसेल, पण म्हणावं माझ्याकडे इतिहास आहे. मी इतिहास गरागरा फिरवून त्यांना नाचवीन, त्यांचा काटा काढीन. (अत्यंत आत्मविश्वासाने) जा — त्याला जाऊन सांग (ठणकावून) राष्ट्रभाषेत सांग — म्हणावं — ''बापट है — बापट अंदर है, और बापट भारत के सुपुत्र महान स्वातंत्र्य सेनानी सुभाषबाबू की भूमिका निभा रहा है'' — जयहिंदऽऽऽ.

[बापट शांतपणे खाली बसतात. कुणीतरी बाहेरून हाक मारतो, बापटऽऽऽ. ते दचकतात — घाबरतात, पण शांत असल्याचा आव आणतात. पुन्हा हाक बापटऽऽऽ. ते आता पूर्ण गांधींच्या भूमिकेत—]

बापट/गांधी : मानवजाती आज निर्णायक स्थितीमे आ पहूँची है । उसे जंगलके कानून और मनुष्यता के कानूक के बीच चुनाव करना है । पिछले महायुद्धने जंगलके कानून की निरर्थकता को बिलकूल स्पष्ट कर दिया है । यदि हमारी

अहिंसा कमजोर लोगोंकी अहिंसा है तो इस प्रकार की अहिंसा से हम कभीभी स्वतंत्रता कायम नहीं कर पायेंगे ।

[गांधींचं बोलणं चालू असताना मागे रघुपती राघव राजारामऽऽ हे भजन ऐकू येत आहे. अचानक या शांत भजनाचा सूर बदलतो. भजनाला जोडूनच धाबरवून टाकणारं संगीत सुरू होतं. भजनाची चालही बदलते. बाहेर आरडाओरडा, किंकाळ्या ऐकू येतात. बाबू आणि इतर चार-पाच तरुण तिरासारखे आत घुसतात. ते भयंकर हिंसक वाटतात. पेठाऱ्यात लपवलेली शस्त्र बाहेर काढतात. हॉकी स्टीक, तलवारी, काठ्या — हाताला लागेल ते घेऊन किंचाळत प्रतिहल्ला करण्यासाठी बाहेर धावतात. त्यांचं आंत-बाहेर सुरूच आहे. छोट्या त्यांना मार्गदर्शन करतो आहे.

नेहरू, गांधी, टिळक, सुभाषबाबू सर्व अत्यंत घाबरलेले. जीवाच्या भयाने लपून — हे सर्व हताशपणे बघत असतानाच अंकाचा पडदा पडतो.]

(अंधार)

अंक दुसरा

[पडदा उघडण्याआधीपासूनच ''मेरे देशकी धरती.....'' छाप एखादं गाणं दणकावून वाजतंय्. पडदा उघडतो तेव्हा शोभायात्रा सुरू व्हायची वाट पाहून पाहून सर्व कंटाळलेले आहेत. सुरुवातीचा उत्साह आता जाणवत नाही.

बापट चरख्यावर जांभया देत सुतकताई करत बसले आहेत. जाधव एका कोपऱ्यात शांत झोपले आहेत. बाई स्वेटर विणत आहेत. प्राध्यापक वर्तमानपत्र वाचतायेत आणि फाडतायेत. बार्बी वेगवेगळ्या अँगल्सने नेहरूंचे फोटो काढते आहे.

नेहरू कबूतर उडवताना, लालकिल्ल्यावरून भाषण करताना, विचारमग्न असताना वगैरे वेगवेगळ्या पोझ सबनीस देत आहे.]

बार्बी : थँक यू मिस्टर सबनीस. आतापर्यंत सगळ्यात छान फोटोसेशन तुमचं झालं.

सबनीस : खरंच? अर्थात त्यात आमचं कसलं आलंय कर्तृत्व. (तिच्या जवळ जात आणि गळ्यात अडकवलेल्या कॅमेऱ्याकडे बघत) वाः! अप्रतिम... ब्यूटीफुल... सुंदर आहे कॅमेरा.

बार्बी : (लटक्या रागाने) आणि फोटोग्राफर—?

सबनीस : ओहो — ती तर सुंदर आहेच. बार्बी... (सहज तिच्या खांद्यावर हात ठेवत) बरं का बार्बी, माझी मुलगी तुझ्याएवढीच आहे.

बार्बी : कम ऑन सबनीस. गोंधळ करू नका प्रॉब्लेम होईल.

सबनीस : प्रॉब्लेम होईल — तो कसा काय बुवा?

बार्बी : तुम्ही मुलगी समजत — माझ्या जवळ येणार. माझ्याशी सलगी करणार — आणि मी ही अश्शी—

सबनीस : अशी — अशी म्हणजे—?

बार्बी : (शरीराची उत्तेजक हालचाल करत) अशी म्हणजे — अशी! सबनीस नीट बघा — हे शरीर अ‍ॅट्रॅक्टिव्ह आहे की नाही?

सबनीस : (नजर चोरून घेत) हो—

बार्बी : तुम्हांला जवळ यावंसं वाटणार. सहज म्हणून तुम्ही स्पर्श करणार — चुकून स्पर्श झाल्यासारखं भासवणार, मग थोडसं पुढे, अंदाज घेत मला पटकन जवळ ओढणार, ह्या शरीरावरून हात फिरवणार.

सबनीस : नाही — मी हे करणार नाही.

बार्बी : हे नॅचरल आहे सबनीस.

सबनीस : (किंचाळत) तरीही — मी हे करणार नाही.

बार्बी : ओरडून तुम्ही स्वतःला समजवताय. पण तुम्हाला हेच हवंय सबनीस. हेच हवंय. हे शरीर तुम्हाला आकर्षित करतंय. हो की नाही खरं सांगा—

सबनीस : हो—

बार्बी : अशा वेळी तुम्हाला तुमची मुलगी आठवली तर—

सबनीस : नाही — म्हणजे — मी हो म्हणालो तरी मी 'हो' म्हटलेलं नाही. मला नाहीच म्हणायचं होतं. मी नाहीच म्हणणार होतो — माझं लग्न झालंय — मला मुलं आहेत — माझा संसार आहे. मला हो म्हणायची गरजच काय—?

बार्बी : तरीही 'हो' म्हणालात.

सबनीस : हो—

बार्बी : फ्रीझ, एसी, कार, मोबाईल फोन, पीसी हे सगळं घेताना तुमचं हे असंच झालं होतं. हो की नाही—? डोन्ट फील सॉरी सबनीस — मी तुम्हाला नको आहे. मी तुम्हाला नको असले तरी मी तुमची गरज होऊन बसू शकते. तेवढं चेटूक मी सहज करू शकते. सबनीस बायऽऽऽ—

[बार्बी आत निघून जाते. बाहेरून गाणं ऐकू येतं. मग अत्यंत घाबरलेला 'बाबू' प्रवेश करतो, जाधव झोपले आहेत तिकडे जातो — बाबू हलवून जाधवांना उठवतो. जाधव सावकाश उठतात. बाहेर पावलसचा आरडाओरडा. मग लगबगीने पावलस प्रवेश करतो. गाण्याच्या आवाजाने चिडलेला पावलस बाहेर बघतो. गाणं बंद करायची ऑर्डर देतो. गाणं बंद होतं.]

पावलस : हे-हे काय चाललंय जाधवसाहेब—?

जाधव : कुठे काय? आम्ही सगळे एकदम — तयार आहोत. आमच्याकडून काहीच प्रॉब्लेम नाही.

[पावलसचा मोबाईल वाजतो.]

पावलस : हां-हां भाई — सगळा बंदोबस्त — झालेला... भाई... भाई... सगळी व्यवस्था चोख केली होती. हे साला अचानक काय लफडं झालं, कुणी फांदा मारला कळत नाही. जाधवसाहेब हो...हो समोर आहेत... जाधवसाहेबांना देऊ...

[जाधव नम्रपणे फोन घेण्यासाठी सरसावतात. पावलस ऐकता ऐकता अचानक गंभीर होतो. फोन देत नाही. जाधवांकडे संशयाने बघतो. आणि त्यांना टाळून पाठमोरा फोनवर बोलतो—]

हां हां... भाई. काय लफडं आहे बघतो भाई... होय. मी पुन्हा फोन करतो. (फोन बंद करून खिशात ठेवतो.)

पावलस : हे, हे काय चाललंय जाधवसाहेब... कुठे काय कमी पडलं — पोलीस साले का नडतायेत — बाहेर पोलीस आपल्या खास पोरांना उचलतायेत. त्यांना फेक इन काऊंटरमध्ये उडवला तर आपण काय करायचं—? जाधवसाहेब — त्यांच्याशिवाय शोभायात्रा निघू शकणार नाही.

जाधव : हे, हे... असं कसं झालं—? मी कमिशनर साहेबांशी बोललो होतो. काही प्रॉब्लेम होणार नाही असा शब्द त्यांनी मला दिला होता.

पावलस : (रागाने मोबाईल पुढे करतो) घ्या... घ्या... बोला. कमिशनर साहेबांशी बोला. तो ऐकत नसेल तर वर त्याच्या बापाशी बोला — घ्या, बोला—

जाधव : अहो... असं आता डायरेक्ट फोनवर कसं बोलता येईल.

पावलस : म्हणजे—?

जाधव : (चाचरत) सगळं बघावं लागेल — पोलिसांनी काय चार्जेस लावले आहेत. कोणत्या पोलीस स्टेशनला बंद केलंय, सगळं बघावं लागेल — मगच काय ते—

पावलस : ही भाषा—? जाधवसाहेब कुठे गेला तुमचा रुबाब? तुमचा कॉन्फिडन्स? पैसा—पॉवर—माणसं सगळं असताना हे, हे असं — जाधवसाहेब शब्दाला वेटेज राहीलं नाही तुमच्या—

जाधव : अहो पण—

पावलस : 'शोभायात्रा' हा भाईचा प्रेस्टीज इश्यू आहे. भाईच्या कानावर सगळं गेलंय. भाई नाराज आहे. जाधवसाहेब शोभायात्रा निघाली नाही तर तो मला खलास करील — मला आणि तुम्हालासुद्धा.

[जाधव समजावू पाहतो. पावलस त्याच्याकडे तुच्छतेने बघतो आणि निघून जातो. अपमानाने जाधव अस्वस्थ होतात. खिशातून गोळी काढून तोंडात टाकतात. घटाघटा पाणी पितात. बाहेरून ढोलताशाचा आवाज ऐकू येतो. बाई आतून बाहेर येतात. जाधव बाईकडे बघतात. ग्लास आपटतात.]

जाधव : (रागाने) तुम्ही सही करणार नाही या निर्णयावर ठाम आहात ना—? मी सहीसाठी पेपर्स पाठवले ते तुम्ही फाडून टाकले — तुमचे मिस्टर मला भेटले होते... मी या प्रकरणात वकील असलो तरी काहीही करू शकत नाही... हे

सगळं फार गुंतागुंतीचं होऊन बसलंय... (शोधत...) तुम्ही माझी टोपी कुठे...? (स्वेटरकडे लक्ष जातं) हा स्वेटर कशाला विणताय...? हे, हे असं स्वेटर विणत बसून गरोदरपणाचं नाटक करता येत नाही.

बाई : जाधव... मी गरोदर आहे...

जाधव : हे खोटं आहे...

बाई : जाधव हे खरं आहे... मी गरोदर आहे...

जाधव : हे खोटं आहे... डिव्होर्स होऊ नये म्हणून तुम्ही रचलेलं हे नाटक आहे.

बाई : हे खरं आहे — हे खरं आहे जाधव.

जाधव : बाई — तुमच्या लग्नाला किती वर्षं झाली?

बाई : वीस वर्षं.

जाधव : अजून किती थांबायचं — किती वर्षं स्वप्नं बघायची, तो माझा मित्र. तुमचं लव्हमॅरेज. या लग्नात किती अडथळे आले आणि त्याला किती त्रास झालाय हे मी बघितलंय. वीस वर्षं — वीस वर्षांत काहीही होत नाही. तुम्हाला मूल होण्याची शक्यताही नाही असं डॉक्टरांनी स्पष्ट म्हटलेलं आहे — माझ्याकडे पुरावे आहेत. तो तुम्हाला कंटाळलाय. तुम्ही वेगळ्या राहता—

बाई : मी वेगळी राहत नाही — मला घरातून हाकलून लावलंय—

जाधव : मग बाई — मला सांगा हे कसं शक्य आहे? कोर्ट चमत्कारांवर विश्वास ठेवत नाही. (स्वेटर उचलत) बाई हे — हे नाटक तुमच्यावर उलटेल. तुम्हाला इथे जगणं अशक्य होईल — बाई मी तुम्हांला तुमच्या हिताचं सांगतो.

बाई : काय—?

जाधव : तुम्ही घटस्फोट घेऊन मोकळ्या व्हा—

बाई : — आणि या मुलाचं काय करू—?

जाधव : असलंच तर पाडून टाका.

बाई : जाधव— (किंचाळतात — चटकन तलवार उपसतात.)

जाधव : बाई — शांत व्हा — तुम्ही कोण आहात आणि कुणासमोर बोलता आहात हे विसरू नका.

बाई : मी झांशीची राणी लक्ष्मीबाई आहे—

जाधव : बाई — तुम्ही काय बोलताय—?

बाई : होय जाधव — मी राणी लक्ष्मीबाई आहे.

जाधव : बाई तुम्ही एका शाळेत इतिहास शिकवता — तुम्ही शिक्षिका आहात — मी त्याच शाळेचा अध्यक्ष आहे.

बाई : जाधव — माझ्या हातात ही तलवार देऊन तुम्ही फार मोठी चूक केलीत—

[ढोल-ताशाचा आवाज वाढत जातो. बाईंचं चालणं-बोलणं सर्व बदलून जातं. त्या वेगळ्या भासतात. बाई तलवार उपसून जाधवांच्या अंगावर चाल करून जातात.]

बाई : मेरी झांसी मै नहीं दुंगी — दत्तकवारस नामंजूर करून संस्थानं खालसा करण्याचा इंग्रज सरकारचा प्रयत्न मी हाणून पाडीन. हर हर महादेवऽऽऽ.

[बाईंचा अवतार बघून जाधव दचकतात — लपतात — मग दरवाज्याजवळ येऊन उभे राहतात. बाहेर वाजणाऱ्या ढोल-ताशाचा अंदाज घेतात — बाबू बाहेरून आत येतो.]

जाधव : हे काय चाललंय? बाहेर ढोल-ताशा कोण बडवतोय—?

बाबू : साहेब — आपलीच 'सिद्धार्थ नगर'मधली पोरं आहेत. मीच बोललो त्यांना वाजवा—

जाधव : इथे काय तमाशा चाललाय—? तुला हा शहाणपणा कुणी सांगितला. जा — त्यांना म्हणावं ताबडतोब हे बंद करा—

बाबू : पण साहेब वाजवलं तर काय झालं—?

जाधव : त्या आवाजानं बाईंच्या अंगात आलंय — ती स्वतःला लक्ष्मीबाई समजून वाट्टेल ते बरळायला लागली आहे. जा — ताबडतोब ताशा बंद करायला सांग—

[बाबू बाहेर निघून जातो. ताशाचा आवाज बंद होतो. जाधव आत निघून जातात.]

[''बापट — बापट — वो बापटऽऽऽ'' अशा बाहेरून हाका ऐकू येतात. बापट गोंधळतात — दचकून इकडे तिकडे बघतात — कोण हाका मारतोय हे कळत नाही. कोपऱ्यात प्राध्यापक चोरून पेपर वाचत बसले आहेत. प्राध्यापकच हाका मारत असावेत असं वाटून बापट त्यांच्या जवळ जातात.]

बापट : अहो, काय झालं प्राध्यापक—?

[प्राध्यापक भयंकर दचकतात. पेपराचा चोळामोळा करून लपवू पाहतात.]

प्राध्यापक : काही नाही — काहीही न्यूज नाही. हे संध्याकाळचे पेपर म्हणजे फालतू — थर्ड क्लास. काहीतरी खोट्यानाट्या बातम्या — सेन्सेशनल करायला काय वाट्टेल ते छापतात.

बापट : प्राध्यापक—

प्राध्यापक : अजिबात हे वाचू नका — काही नाही. फुकट वेळ वाया जाईल.

बापट : अहो — तुम्ही मला हाका कशाला मारत होता.

प्राध्यापक : अहो — मी, मी कशाला मरायला तुम्हाला हाका मारतोय—

बापट : अहो, तुम्ही आता हाका नाही का मारल्या — बापट — बापट म्हणून—

प्राध्यापक : छेः हो—

बापट : अहो असं काय करताय — मी प्रत्यक्ष माझ्या कानांनी हाका ऐकल्या.

प्राध्यापक : छेः हो — तुम्हाला काहीतरी भास होत असेल — भासऽऽऽ—

[बाहेरून पुन्हा हाका — "बापट — बापटऽऽऽ." — बापट प्राध्यापकांकडे संशयाने बघतात. मग आवाजाच्या दिशेने बघत जोरात किंचाळतात.]

बापट : बापट — कौन बापट—? — बापट इधर नही — बापट सुभाषबाबूका कपडा पहनकर अंदर बैठा है ।

प्राध्यापक : अहो बापट काय झालं — कुणाशी हिंदीतून बोलताय?

बापट : नाही — कुणी नाही. मी स्वतःशीच बोलत होतो.

प्राध्यापक : स्वतःशी — स्वतःशी हिंदीतून बोलत होता?

बापट : हो—!

प्राध्यापक : हेच — मी म्हणतो ते हेच. मराठी माणूस स्वतःशीसुद्धा मराठीत बोलायला तयार नाही. मराठी भाषा बोलायची आपल्याला भीती वाटते — लाज वाटते. कशी जगणार मराठी भाषा—?

[प्राध्यापक टिळकांच्या भूमिकेत शिरतात — भाषण केल्यासारखे—]

टिळक/प्राध्यापक : जी मराठी भाषा एके काळी महाराष्ट्रातच काय पण — म्हैसूर, कर्नाटक, हैद्राबाद, गुजराथ, बडोदे, माळवा, मध्यप्रांत वगैरे दूरदूरच्या प्रांतातूनही प्रचलित होती — ती आता त्या ठिकाणाहून हुसकून खुद्द महाराष्ट्रातही परकी होऊ पाहत आहे. ही गोष्ट महाराष्ट्र भाषेच्या पुत्रास अत्यंत लाजिरवाणी आहे—

[एवढे बोलून प्राध्यापक थकतात, गळून जातात.]

बापट : (सहानुभूतीने) प्राध्यापक—

प्राध्यापक : (अत्यंत काळजीच्या सुरात) सारखं — सारखं हे असं होतंय्. मानसिक आजारच आहे हा — इतिहासात घुसल्याशिवाय चैनच पडत नाही. पोटात कळ आली की घूस इतिहासात — सारखं हे असं चाललंय्. (हताश होऊन प्राध्यापक बसतात तोच बाबू पुनः दोनचार पेपर आणतो — आणि प्राध्यापकांना देतो — पेपर बघून प्राध्यापकांचा तोल सुटतो. ते ताडकन् उठून उभे राहतात.)

प्राध्यापक : हे काय—? भोसडीच्या — तुला दुसरा उद्योग नाही का — जगातले सगळे पेपर आणून इथेच टाकणार आहेस का—?

बाबू : जाधवसाहेब बोलले—

प्राध्यापक : तो एक मूर्ख, माठ — पण तुला अक्कल नाही का—? — आणि जाधव हे मुद्दाम करतोय. पण जाधवांना म्हणावं — या — याच वर्तमानपत्रातून त्यांचे धिंडवडे काढले नाहीत तर मीही प्राध्यापक म्हणून नाव लावणार नाही.
[बार्बी प्रवेश करते — दोघांकडे बघून 'हॅलो' म्हणते. प्राध्यापक घाईघाईने पेपर उचलतात आणि प्राध्यापक व बापट आत निघून जातात.]

बार्बी : हॅलो, हॅलो यंग मॅन — (बाबू लक्ष देत नाही.) अरे — हॅलोही म्हणणार नाहीस का—? बोलणार नाहीस का माझ्याशी—?

बाबू : काय फायदा—? कुणाशी बोलायला तोंड उघडावं तर तो आपल्याला चार शिव्या घालणार — शानपत्तीच्या गोष्टी सांगणार.

बार्बी : मला तुझे फोटो काढायचे आहेत.

बाबू : आपले फोटो कोन कशाला काढेल. आपून गांधी-नेहरू थोडी है ।

बार्बी : अरे — पण तू बाबूतर आहेस.

बाबू : नुस्ता बाबू नव्हे — बाबू — बाबू गेनू—

बार्बी : बट हू इज बाबू गेनू? हा बाबू गेनू कोण होता?
[पुढची गोष्ट चालू असताना बार्बी फोटो काढते.]

बाबू गेनू : बाबू — बाबू गेनू. पुण्याजवळच्या एका छोट्या गावात — एका दरिद्री कुटुंबात जन्म झाला. वडील शेतकरी होते — मी दहा वर्षांचा होतो — तापाच्या साथीत वडील गेले — माँ अडाणी, अशिक्षित होती. गावागावात मोलमजुरीसाठी फिरायची — दारिद्र्य, उपासमार, मानहानी — मी कंटाळून मुंबईला पळून आलो — एका गिरणीत नोकरीला राहिलो. गांधींची हाक कानावर आली — आणि मी स्वातंत्र्य चळवळीत ओढला गेलो.
[समोरून ट्रक येत असल्याचा आवाज — विंगेतून अत्यंत प्रखर प्रकाशझोत त्याच्या अंगावर — तो अस्वस्थ होतो. कावराबावरा होतो — थरथरायला लागतो.]

बार्बी : काय झालं?

बाबू : आजही तेच — तसाच धडाडत समोरून ट्रक येतो — परदेशी डॉलर्स आणि परदेशी सामानाने गच्च भरलेला. आपून त्या ट्रकसमोर उभा राहतो. ट्रक पुढे सरकतो — आपून 'भारतमाता की जय' ओरडतो तेव्हा आसपासचे एज्युकेटेड लोक हसतात — आपल्या हातापायातली शक्ती नाहीशी होते. ताकद असून उठता येत नाही — पळता येत नाही. आपून स्वतःला ट्रक खाली चिरडून घेण्यासाठी जमिनीला खिळून उभे राहतो—
[असं म्हणता म्हणता तो खाली कोसळतो.]

३८/शोभायात्रा

बार्बी : ऊठ—

बाबू : मला उठता येत नाही.

बार्बी : उभा राहा—

बाबू : मी उभा राहू शकत नाही.

[ती त्याला हात देऊन उठवते. तो धडपडत उठतो.]

बार्बी : हे घे—

बाबू : काय—?

बार्बी : गोळी आहे.

बाबू : कसली—?

बार्बी : नावाशी तुला काय करायचं आहे—? फक्त जिभेवर ठेव... भूत, वर्तमान सगळं विसरून जाशील. ही गोळी तुला एका वेगळ्याच जगात घेऊन जाईल.

[ती गोळी घ्यायला हात पुढे करते. छोट्या बाहेरून पळत येतो.]

छोट्या : बाबू — बाबूऽऽऽ—

बाबू : काय—?

छोट्या : पावलसने तुला बाहेर बोलावलंय. लवकर — बाबू बाहेर जातो.

[छोट्या हळूच गुणगुणत खिशात लपवलेला बिस्कीटचा पुडा बाहेर काढतो. एका कोपऱ्यात हातपाय पसरून बसतो. बार्बी जवळ येते. तो दचकतो. पटकन बिस्कीट लपवतो. मग तिच्याकडे बघून हसतो. तिला बिस्कीट देतो. त्याच्याशी मैत्री करण्यासाठी ती बिस्कीट घेते — आणि गप्पा मारू लागते.]

बार्बी : हा बाबू कुठे गेला—?

छोट्या : बाहेर गेला. पावलसला भेटायला.

बार्बी : पावलस — हा पावलस कोण रे—?

छोट्या : आयला तुला पावलस माहीत नाय — पावलस म्हणजे भाईचा असिस्टंट.

बार्बी : — आणि हा भाई कोण—?

छोट्या : भाई माहीत नाय तुला—? हॅऽऽ! काय खोटं बोलतेस—

बार्बी : अरे खरंच — मला भाई माहीत नाही. कोण आहे हा माणूस—?

छोट्या : माणूस — माणूस नाहीच तो — वाघ आहे वाघ.

बार्बी : काय—?

छोट्या : तो गोळी खातो आणि नाहीसा होतो. कुणाला पन दिसत नाय. पोलीस शोधतात — पण झाट सापडत नाय.

बार्बी : हे खरं आहे—?

छोट्या : मग—? तो बोलतो ना तेव्हा खिडकीच्या काचा हलतात — तो ओरडतो तेव्हा आरशे फुटतात—

बार्बी : चल — काहीतरीच बोलतोस—

छोट्या : आयशप्पथ — खोटं नाय बोलत — एकदा ग्लास फुटला म्हणून शेठनी माझ्या हाताला चटके दिले. मी जाम रडलो. पन कोण ऐकणार—? मग मी भाईला बोललो.

बार्बी : तू भाईला भेटलास—?

छोट्या : हो — मनातल्या मनात — तो सगळं ऐकतो. तो शेठला जोरात ओरडला. मी झोपलो होतो. सकाळी उठलो — आणि बघतो तर काय — हॉटेलातले सगळे आरशे फुटून गेलेले.

बार्बी : कमाल आहे — मी तर बाबा तुझ्या भाईच्या प्रेमातच पडले.
[बाबू धावतच आंत प्रवेश करतो. सगळे आंतून बाहेर येतात.]

सबनीस : अरे काय झालं—? आठ वाजत आले — आता कधी ही मिरवणूक निघणार — मला कंटाळा आला—

प्राध्यापक : अरे किती वेळ आम्ही हे इतिहासाचं ओझं सांभाळायचं.

बाबू : चित्ररथ रेडी आहे — पण—

प्राध्यापक : आता पण काय—?

बाबू : एक प्रॉब्लेम झालाय. चित्ररथ ठरल्यापेक्षा छोटा झालाय — जागा शॉर्ट आहे. आपल्या सगळ्यांना उभं राहायला जागा होणार नाही.

जाधव : मग आता काय करायचं—?

बाबू : एखादं पात्र कापावं लागणार—

जाधव : काय—?

बाबू : असं — पावलस म्हणत होता—

प्राध्यापक : अरे पण कापायचं कुणाला—?

बाबू : पावलस म्हणाला — हा फैसला तुम्हीच करून टाका.

बाई : काही हरकत नाही — माझं पात्र कापा, मी घरी चालले.

सबनीस : छेः छेः — बाई असं कसं होईल—? तुम्ही इथे असायलाच हवं. मुळात एकच स्त्री पात्र, तेही कापा मग उरलं काय—?

जाधव : अहो — मुळात ट्रकवर त्यांना दोन-तीन बाया हव्या होत्या. पण इतिहासात त्यांना हव्या तशा बाया सापडेनात — आणि आता आता तुम्ही म्हणताय — तुम्हीही चाललात छेः छेः · — त्यांना हे अजिबात मान्य होणार नाही. (बाई आतल्या खोलीत निघून जातात.) आता खरं म्हणाल — तर बापटांना

इथून मोकळं करता आलं असतं तर मला आवडलं असतं. पण ते पडले गांधी, त्यांना हात लावता येत नाही — ते आपल्या अंगाशी येईल—

प्राध्यापक : मग आता करायचं काय—?

जाधव : नेहरूंचा विचार करून बघा—

सबनीस : (भडकून) अहो जाधव इतिहास बितिहास काही वाचलाय की नाही—? नेहरूंच्या चुका झाल्या असतील — पण म्हणून काय तुम्ही त्यांना चित्ररथावरून खाली उतरवाल—? उद्या लोक तोंडात शेण घालतील तुमच्या— (रागाने थरथर कापत असल्यामुळे त्यांना पुढचं बोलता येत नाही.)

जाधव : ठीक आहे — नेहरू राहू दे — राहू दे — पण मी म्हणतो (प्राध्यापकांकडे इशारा करत) ह्यांचा विचार करायला काय हरकत आहे—

प्राध्यापक : ह्यांचा म्हणजे — ह्यांचा म्हणजे — तुम्ही टिळकांबद्दल म्हणताय की काय—?

बापट : हो— हे तुमच्याबद्दल बोलताहेत.

प्राध्यापक : वा—! वा — जाधव वा—! एक विद्वान, निर्भीड मराठी माणूस इतिहासात आहे, त्याचेही तुम्ही पाय ओढा. त्यालाही इतिहासातून उठवा, बाहेर काढा. काय चाललंय काय—? तुमच्या — तुमच्यासारख्या लोकांमुळेच मराठी भाषा संपली, मराठी संस्कृतीचा ऱ्हास झाला — मराठी माणूस देशोधडीला लागला—

बापट : वैताग आलाय — प्राध्यापक आता उगाच वाद वाढवू नका. तुम्हाला मराठी म्हणून ट्रकवर मिरवायचं आहे ना — मिरवा—

प्राध्यापक : इथे कुणाला मिरवायची हौस आहे—? मुलीला कॉन्व्हेन्टमध्ये ॲडमिशन मिळत नव्हतं — ते त्यांच्या चिट्ठीने मिळालंय् — त्यांना नाही म्हणता येत नाही म्हणून मी इथे अडकलोय. प्रश्न माझा मिरविण्याचा नाही — इतिहासात कुणावरही अन्याय होता कामा नये—

बापट : (सहज— अत्यंत शांतपणे) जाधव — अहो, तुमची टोपी सापडली का—?

जाधव : नाही—

बापट : नसेल तर मी म्हणतो—

जाधव : (बापटांचा कावा लक्षात येतो) काय — काय म्हणतो—? बापट — काय चाललंय् तुमचं—? एका टोपीसाठी सुभाषबाबूंना इतिहासातून पुसून टाकताय. सुभाषबाबू अजूनही जिवंत आहेत — असे मानणारे लोक इथे आहेत.

बापट : थोड्या वेळाने — मीच तो सुभाषबाबू असंही म्हणाल हो तुम्ही—

जाधव : बापट — मी तुम्हाला चांगलाच ओळखतो — मी सुभाषबाबू करतो — सुभाषबाबूंसारखा दिसतो हे तुम्हाला आवडलेलं नाही. सुभाषबाबूंचं धाडस, त्यांचं देशप्रेम, पराक्रम, त्यांचे विचार आजही मला जगण्यासाठी स्फूर्ती देतात. बापट, टोपी पळवून कुणाचे विचार आत्मसात करता येत नाहीत. (बापट कुत्सीतपणे हसतात.) बापट हसू नका — तुम्हाला गांधी नको आहेत ना—? ठीक आहे — मी सुभाषबाबूंचे कपडे उतरवायला तयार आहे — मी होतो गांधी — तुम्ही व्हा सुभाषबाबू—

बापट : (दचकून) नाही — नाही — मी गांधीच बरा आहे.

जाधव : आता का—? असेल अंगात ताकद तर व्हा सुभाषबाबू—

बापट : नाही — मी, मी गांधीच आहे. महात्मा गांधी — मी मेलो तरी सुभाषबाबू होणार नाही.

जाधव : बापट — तुम्हाला फक्त सोयीसाठी गांधी व्हायचं आहे.

बापट : (चिडून) जाधव — भाईचं वकीलपत्र घेऊन कोर्टात उभे राहता म्हणून तुम्ही या कार्यक्रमाचे म्होरके झालात. तुमच्यासारखी असंस्कृत, स्वार्थी, संकुचित, कोत्या मनोवृत्तीची, जातीयवादी माणसं — सांस्कृतिक नेतृत्व करतात, हे या पुरोगामी महाराष्ट्राचं दुर्दैव—

जाधव : (अत्यंत व्यथित मनाने) बापट — बापट — मला — मला तुम्ही जातीयवादी म्हणता—?

बापट : होय — (क्षणभर शांतता.) आज ट्रकवर आंबेडकरही असायला हवे होते, ते का नाहीत — (आवाज चढवत) सांगा ते का नाहीत—?

[शांतता — जाधवांच्या छातीत कळ येते. ते आधार घेत बसतात व शांतपणे दुखावल्यासारखे बोलू लागतात.]

जाधव : हे — हे बघा — भांडण तुमचं-माझं आहे. इतिहास मध्ये आणू नका. मी — मी जातीयवादी नाही. मी आयुष्यात कधी असा विचार केला नाही. मी — मी आयुष्यभर त्यांच्यासाठी करत आलो. नामांतराचा लढा असो, मंडल कमिशन असो किंवा अगदी कालपरवाचं रमाबाई प्रकरण, मी त्यांच्या बाजूनं होतो — मागच्या दंगलीत आमच्या एरियातल्या मुसलमानांना — मी वाचवलंय. आमच्या घरून त्यांना बिर्याणी जात होती.

बापट : तुम्ही दंगलखोरांना अडवलं नाहीत. तुम्ही दंगे थांबवले नाहीत — तुम्ही मुसलमानांना बिर्याणीचे घास भरवत राहिलात.

जाधव : म्हणजे—?

बापट : जाधव तुम्हाला झाली तर आयती दंगलही हवी — दंगलीचे फायदेही हवे

आणि मुसलमानांना बिर्याणी भरवण्याचं पुरोगामी पुण्यही हवं — मी म्हणतो, तो हाच खोटारडेपणा.

प्राध्यापक : हे, हे बघा — मला वाटतं — असं आपापसात भांडून हा प्रश्न सुटणार नाही. आपण शांतपणे विचार करायला हवा.

सबनीस : (अचानक गंभीरपणे) हा प्रश्न सामंजस्याने सोडवता येईल—

प्राध्यापक : कसा—?

सबनीस : (बाबूकडे खोट्या कौतुकाने बघत) हा, हा मुलगा — काय नाव ह्याचं — बाबू — बाबू गेनू — छोट्या वयात केवढं धाडस केलं या मुलानं. ट्रकसमोर उभा राहिला. 'भारत माता की जय' म्हणत निमूट झेला — आत्मबलिदान.

प्राध्यापक : अहो सबनीस, प्रॉब्लेम काय आहे आणि तुम्ही इतिहास काय सांगत बसलाय.

सबनीस : मी प्रॉब्लेमकडे येतोच आहे. मी म्हणतो — आपण या मुलाला आजच्या कार्यक्रमातून (बाबू पटकन उभा राहतो) म्हणजे मी वगळा म्हणत नाही आहे. मी फक्त चर्चेसाठी एक विचार मांडतो आहे. बघा—

बाबू : नाही — तुमच्या स्वातंत्र्यासाठी तोही लढला आहे—

सबनीस : बरेच लढले — पण त्या सगळ्यांची मिरवणूक आज काढायची म्हटली तर... अरे शेवटी — त्याने ट्रकखाली आत्मबलिदान केलं ते आज ट्रकवर मिरवण्यासाठी नव्हे. (सर्व दाद देतात.) हे बघ— आम्ही काही ठरविण्यापेक्षा तू स्वतः विचार करावास — तू शाळेत इतिहास शिकलेला आहेस. तू स्वतः विचार कर — महात्मा गांधी, पं. जवाहरलाल नेहरू, सुभाषबाबू, लोकमान्य टिळक, लक्ष्मीबाई आणि बाबू गेनू — कोण कोण महत्त्वाचं वाटतं तुला—? कुणामुळे आपण आज हे दिवस बघितले — कुणामुळे आज आपण स्वतंत्र झालो?

बाबू : हे बघा — तुम्ही मला काढून टाकलंत — तर भाईला ते आवडणार नाही.

जाधव : अरे भाई काय, शासन काय — हाच इतिहास स्वीकारणार — कारण हाच इतिहास सर्वांना मान्य आहे — पॉप्युलर आहे.

सबनीस : आता तूच काय ते ठरव — तुला काय वाटतं?

बाबू : मी काय ठरवणार? ज्या माझ्या इतिहासाच्या आधारे मी जगू बघतोय — त्या इतिहासाबद्दलच तुम्ही माझ्या मनात घृणा निर्माण करताय.

प्राध्यापक : अरे, तू उगाच सिरीअसली घ्यायला लागला आहेस. अरे, हा फक्त खेळ आहे.

बाबू : (चिडून) मला संपवण्याचा — मला चिरडण्याचा खेळ — मी — काय बघत बसू — मी आता सहन नाही करणार—

जाधव : म्हणजे—?

बाबू : मला काढून टाकण्याचा प्रयत्न केलात तर परिणाम चांगले होणार नाहीत.

सबनीस : तू आम्हाला धमकावतोयस—?

[पावलस प्रवेश करतो आणि मागे उभा राहतो. तो समोर घडत असलेलं सगळं पाहतो आहे.]

बाबू : मी — मी काय वाट्टेल ते करू शकतो. कोणत्याही थराला जाऊ शकतो — मी इयाट कुणाला ऐकणार नाही — भेंचोद—

[बापटांच्या हातातली गांधींची काठी हिसकावून घेतो.]

बापट : भाषा बघा — दादागिरी चालली आहे. साले माजलेत हे लोक—

बाबू : शब्द, शब्द — शब्दाने चुतिया बनवायचे धंदे बस झाले. (काठी उगारत) आता एक शब्द जरी तोंडातून निघाला तर कोथळा काढीन एकेकाचा.

[सगळे मागे सरकतात — या धडपडीत गांधी पडतात — पुन्हा उठून उभे राहतात — तो हळूहळू त्यांच्यावर चाल करून जातो. नेहरू, गांधी, सुभाष, ळिळक — अत्यंत घाबरलेले — थिजल्यासारखे उभे. क्षणभर बाबू इतिहासावरच चाल करून गेल्याचा भास होतो. पावलस जोरात ओरडतो — "बाबूऽऽऽ!" बाबू मागे वळतो आणि पावलसकडे जातो.]

बाबू : हे लोक बघना — हे लोक मला खलास करायला निघाले आहेत. साले पार लोचा करून टाकणार आपल्या लाईफचा — पण मी या भडव्यांना सोडणार नाही—

[पावलस त्याच्या हातातली काठी हिसकावून घेतो. खाडकन त्याच्या कानाखाली आवाज काढतो.]

पावलस : माज चढला का रे साल्या—? अरे, तुझी लायकी काय—? ते कोण — तू कोण—? साल्या जंटलमन लोकांवर हात उचलायचं डेअरिंग करतो—

[पावलस त्याला धक्का मारून खाली पाडतो. त्याच्या अंगावर धावून जातो. त्याला लाथेने तुडवतो. बाबू किंचाळतो. वेदनेने कळवळतो. बाई आवाजाने बाहेर येतात, मधे पडून त्याला वाचवतात. पावलस इतरांकडे वळतो. सर्व त्याला थँक यू म्हणतात. पावलस त्यांच्या पायाला हात लावतो आणि निघून जातो.]

[बार्बी प्रवेश करते. प्राध्यापक बाबूजवळ जातात. अत्यंत प्रेमाने त्याच्या खांद्यावर हात ठेवतात.]

प्राध्यापक : अरे वेड्या — उगाच डोक्यात राख घालून घेतलीस. अरे तू चित्ररथावर असलास काय — आणि नसलास काय—? तू आमच्या बरोबर

आमचा म्हणूनच असणार आहेस. कुणाला काय हवं — काय नको — सगळी व्यवस्था तूच बघणार आहेस. चल ऊठ — सगळ्यांना चहा-कॉफी आणि डोकं थंड करायला तुझ्यासाठी आईस्क्रीम सांग — जा पळ—

[प्राध्यापक आणि इतर सर्व हळूहळू आत निघून जातात.]

[आता रंगमंचावर फक्त बाबू. तो वेदनेने विव्हळत आहे. बार्बी त्याच्या जवळ जाते — त्याला प्रेमाने थोपटते.]

बार्बी : कम ऑन — बाबू रिलॅक्स! बाबू शांत हो.

बाबू : शांत हो — शांत हो — लाथा घालायच्या आणि म्हणायचं शांत हो — शांत होऊन काय करू, भजन म्हणू—?

बार्बी : फरगेट इट — (ती त्याच्या जखमा कुरवाळते. तो हळू हळू शांत होतो.) सगळं विसरून धम्माल जगायला शिकवीन. बाबू मी तुला 'लाइफ एंजॉय' करायला शिकवीन.

बाबू : तुझा काय संबंध—?

बार्बी : तू मला आवडलायस. बिलिव मी — अरे खोटं नाही सांगत — बाबू आय लव्ह यू. बाबू आय रियली लव्ह यू.

[बार्बी त्याच्या गळ्यात हात घालते.]

बाबू : (झिडकारत) बंद कर साला ये फालतू प्यारव्यार का नाटक — प्रेम करणाऱ्या माणसांची मला भीती वाटते, संशय येतो...

बार्बी : का?

बाबू : का, कुणी प्रेम करावं आपल्यावर—? आपून के पास क्या है?

बार्बी : तुझ्याकडे ताकद आहे.

बाबू : तरीही साले आपण दुबळे. या ताकदीलाच लोक घाबरतात आणि आपला तिरस्कार करतात — ती बाई कुठे बघते आपल्याकडे. पावलसने चारचौघांसमोर लाथा घातल्या. बाईने वाचवल्याचं नाटक केलं. खोपडी सटकते आपली. पावसात भिजलेल्या माचीससारखं — काड्या ओढत राहतो, ओढत राहतो. धूर निघतो पण झ्याट पेटत नाही—

[बार्बी बाबूच्या जवळ जाते. अत्यंत प्रेमाने त्याला जवळ घेते. त्याला गोळी देते. बाबू गोळी तोंडात टाकतो. हळुवार इंग्रजी संगीत सुरू होतं. ती बाबूचा हात धरून संगीताच्या तालावर गिरक्या घेते.]

बार्बी : (बाबूच्या डोळ्यात बघत) चल—

बाबू : हे सगळं सोडून जायचं कुठे—? मी इथे नको असलो तरी मला हे सोडता येत नाही.

बार्बी : चल— काळोखातून बाहेर ये — आपण तिथे (वरच्या माळ्याकडे इशारा करते) जाऊ.

बाबू : अग, तिथे तर जास्त अंधार आहे.

बार्बी : तू वेडा आहेस—

बाबू : अगं, खरंच — तिथला पॉईंट बिघडलाय — बल्ब लागत नाही. तिथे काळोख आहे.

बार्बी : मी तुला काळोखातला दिव्यांचा झगमगाट दाखवीन.

[ती त्याला बिलगते — आणि त्याला घेऊन माळ्यावर निघून जाते. हळूहळू अंधार—]

२

[बाई स्वेटर विणत आहेत. छोट्या प्रवेश करतो. तो आपला हरवलेला ग्लास शोधतो आहे.]

बाई : अरे, काय झालं—? काय शोधतोयस्—?

छोट्या : मला एक ग्लास सापडत नाहीये—

बाई : अरे, सापडेल—

छोट्या : तो मला मिळाला न्नही तर शेठ मला मारेल.

बाई : तो तुला मारतो...?

छोट्या : हो...

बाई : मी सांगेन — अरे तुझ्या शेठना—

छोट्या : तो कुणाचं ऐकत नाय—

बाई : (अत्यंत प्रेमाने) इथे ये—

[तो दचकून मागे सरकतो — संशयाने बघतो...]

बाई : अरे घाबरतोस काय—? इथे ये...

[तो मानेने नाही म्हणतो.]

बाई : अरे मला काय घाबरतोस — मी काही वाघ-सिंह आहे का—? ये— ये... (छोट्या घाबरत घाबरत बाईंजवळ येतो—)

छोट्या : मला एक झेंडा देशील?

बाई : अरे, झेंडाच हवा ना तुला — हा घे...

[भिंतीवर लावलेला एक कागदी झेंडा काढून देते — तो दचकत जवळ येतो — झेंडा घेतो — हरवल्यासारखा बघत राहतो. बाई त्याच्या जवळ जातात — त्याच्या डोक्यावर हात ठेवतात — अत्यंत मायेने—]

बाई : इथे जवळपास कुठे फोन आहे का रे—? मला आता एक फोन करायचा आहे.

छोट्या : आमच्या हॉटेलात एक फोन आहे. मी सांगतो आमच्या शेठला. माझ्याकडे पैसे पण आहेत — चला—

बाई : अरे — मी इतिहासात अडकून पडले आहे — मी बाहेर कशी येऊ—?

छोट्या : मी हॉटेलातून फोन उचलून आणू का—? गुपचूप कुणाला पत्ता पण नाय लागणार...

बाई : किती निरागस आहेस पोरा तू—?

[बाई त्याला जवळ घेतात — तो आईच्या कुशीत विसावल्यासारखा शांत पडून राहतो.]

बाई : (स्वतःशीच—) मला घुसमटल्यासारखं होतंय्. मला आता बोलावंसं वाटतंय् — कुणीही ऐकणार नाही तरीही मला बोलावंसं वाटतंय् — घरी गेले तर कुणी दरवाजा उघडणार नाही. फोन केला तर फोन कुणी उचलणार नाही. हे ठाऊक असूनही मला बोलावंसं वाटतंय — तूच, अरे तूच... मला त्यांच्याशी बोलायला भाग पाडतोस... तुझ्यासाठी मला बोलणी खावी लागतात. अपमानीत व्हावं लागतं — अरे, अरे — नको लाथा झाडूस... बाबांशी बोलायची एवढी कसली घाई झाली आहे रे तुला—? — अरे नको लाथा झाडूस... मी कसं बोलू—?

छोट्या : कुणाशी बोलतेस—?

बाई : बाळाशी—

छोट्या : (आश्चर्याने) बाळ! बाळ कुठे आहे—?

बाई : माझ्या पोटात आहे बाळ.

छोट्या : खरंच? तो पोटात काय करतो?

बाई : तो पोटात खेळतो, हात हलवतो, लाथा झाडतो, खुदकन हसतो — तो हसला की मला गुदगुदल्या होतात—

छोट्या : तो — तुझ्याशी बोलतो पण—?

बाई : हो—

छोट्या : तो माझ्याशी बोलेल—?

बाई : हो — अरे, पण तुला त्याची भाषा कळायला हवी.

छोट्या : बाई, मी शाळेत गेलो नाही — पण मला सगळ्या भाषा कळतात. मी कुत्र्यांशी बोलतो — कावळ्यांशी बोलतो — आणि बाई रात्री सगळे झोपले ना — की रस्तेपण माझ्याशी बोलतात. ते कुठे कुठे लांब फिरायला जातात — सगळं सगळं मला सांगतात...

बाई : अरे — मग तुलाच त्याची भाषा कळेल—

[ती त्याला पोटाशी घेते. तो कान देऊन ऐकतो. बाई त्याला थोपटत आहेत. तो सारं काही कळल्यासारखं खुदकन हसतो.]

(अंधार)

३

[खिडकीत पुन्हा छाया. हातात पिस्तूल घेतलेला माणूस, टेहळणी करतो आहे — हळूहळू ती छाया नाहीशी होते. पुढे प्रकाश येतो.]

[बार्बी आणि बाबू गेले तिथूनच धडपडत प्राध्यापक बाहेर येतात. बापट अगदी जमिनीवर रांगत चष्मा शोधतायेत.]

प्राध्यापक : बापट — बापट — बापटऽऽऽ

[बापट भास होतोय असं वाटून लक्ष देत नाही. प्राध्यापक जवळ येऊन ओरडतात.]

प्राध्यापक : बापटऽऽऽ, बाऽऽपऽऽट.

बापट : तुम्ही होय—?

प्राध्यापक : भयंकर, अहो भयंकर चाललंय.

बापट : झालं काय—?

प्राध्यापक : (माळ्याकडे बघत) चाळे चाललेत चाळे — प्रसंगाचं गांभीर्य, इतिहासाचं महत्त्व कुणाला कळत नाही. इतिहासाकडे पाठ फिरवलीत तर असं हे अंधारात खितपत पडावं लागणार, बापट.

[बापट दुसरीकडे बघतात...]

प्राध्यापक : बापट — बापटऽऽऽ — अहो बापट काय झालं, असं काय करता—?

बापट : प्राध्यापक, तुम्ही माझी चेष्टा तर करत नाही ना—?

प्राध्यापक : अहो बापट लागल्यास पुन्हा हाक मारतो — बापटऽऽऽ

बापट : हळू...हळू... हाका मारा. कुणीतरी ऐकेल—

प्राध्यापक : काय झालं तुम्हाला, बापट—?

बापट : अहो मला सारख्या हाका ऐकू येतायत. भास होतोय, का कुणी खरोखर हाका मारतोय हेही कळत नाही. झक मारली आणि इथे आलो असं झालंय. उगाच या इतिहासाच्या भानगडीत पडलो. गांधी मानगुटीवर बसले, गांधी सोडता येत नाही आणि बापट होता येत नाही. काय करायचं सांगा.

[बापटऽऽऽ — बाहेरून हाक]

बापट : (प्राध्यापकांना...) काय—?

प्राध्यापक : कुठे काय—?

बापट : तुम्ही आता हाक मारलीत ना—?

प्राध्यापक : अहो, मी कुठे हाक मारली?

बापट : प्राध्यापक मला भीती वाटते — मी, मी वेडा होणार. मघाच्या दंगलीत चष्मा हरवला. गेला — आता कुठे गेला हेही सापडत नाही. काय करायचं सांगा. डोळ्यांनी दिसत नाही — कानात सारखं बापट बापट — कसलं स्वातंत्र्य आणि कसली मिरवणूक — प्राध्यापक — तुम्ही माझी ही अवस्था बघून हसत असाल — पण मी सांगतो ही हसण्यासारखी गोष्ट नाही. या कारस्थानामागे कोण आहे हे मी जाणतो — (आतल्या बाजूला बघत ओरडतात) जाधवऽऽऽ — हे सगळं फार महागात पडेल तुम्हाला. (पुन्हा हाक — बापटऽऽऽ).

बापट : (प्राध्यापकांकडे केविलवाणे बघत) काय—?

प्राध्यापक : (वैतागून) अहो कुठे काय—? कुठे काय — कुठे काय — का, का तुम्ही माझा असा छळ करता?

[अत्यंत रडवेले होत स्वतःच कपाळ बडवू लागतात.]

[बार्बी बाबूला घेऊन माळ्यावरून खाली येते. अचानक इंग्रजी गाणं सुरू होतं — रंगमंचावर रंगीबेरंगी प्रकाशझोत. संपूर्ण रंगमंच प्रकाशाने उजळून निघतो. बार्बी या संगीताच्या तालावर धुंद होऊन नाचते आहे. बाबूदेखील या तालावर नाचण्याचा प्रयत्न करतो. हळूहळू सर्वजण ताल धरतात. नाचात सामील होतात. हळूहळू संपूर्ण रंगमंच प्रकाशाने उजळून निघतो — खिडकीच्या बाहेरही रंगीबेरंगी दिव्याच्या माळा पेटल्या आहेत. सगळ्यांनी गाण्याचा ताल धरला आहे. हळूहळू तेही नाचात सहभागी होतात.

सबनीस पुढे येतात. संकोचल्यासारखे उभे राहतात. बार्बी त्यांच्या खांद्यावर हात टाकून नाचायला सुरुवात करते.]

सबनीस : बार्बीऽऽऽ—

बार्बी : हं — काय—?

सबनीस : तुझी जादू वेगळी आहे.

बार्बी : म्हणजे—?

सबनीस : खरं सांगू — तुझा स्पर्श मला विसरता येत नाही.

बार्बी : म्हणजे — तुमचा निर्णय झालाय का—?

सबनीस : हो—

बार्बी : मी तुम्हाला — खरंच मी तुम्हाला हवी आहे?

सबनीस : नाही म्हणू नकोस. मी काय वाटेल ते करायला तयार आहे. काय हवं — बोल.

[बार्बी हसते.]

सबनीस : हसू नकोस. विश्वास ठेव. मी काहीही करू शकतो. गाडी, बंगला, पैसा — काय हवं—?

बार्बी : माझी भूक अमर्याद आहे.

सबनीस : घाबरू नकोस — मी समर्थ आहे.

बार्बी : तुम्ही हे सारं कुठून आणणार—?

सबनीस : रस्ते मला ठाऊक आहेत.

[सबनीस गुलाबाचं फूल काढून तिला देतो. ती फूल घेते. छानशी गिरकी घेऊन नाहीशी होते.

बापटांच्या डोळ्यांवर चष्मा नाही. घाबरलेले — धास्तावलेले. भिरभिरत्या नजरेने इथे-तिथे बघत आहेत.]

बार्बी : ओ हो — काय झालं मि. गांधी—?

बापट : कुठे काय—?

बार्बी : तुम्ही असे काय दिसता—?

बापट : माझा, माझा चष्मा दंगलीत हरवला. (गांधींची दृष्टीच हरवली.)

बार्बी : —पण तुम्ही एवढे घाबरल्यासारखे का वाटता—?

बापट : (उसनं अवसान आणत) मी घाबरलोय—? कोण बोललं—? कुणी सांगितलं तुला हे? तो जाधव बोलला का — की त्या प्राध्यापकाने चुगली केली—? मला हाका ऐकू येतात — भास होतात वगैरेही सांगितलं असेल — पण हे खोटं आहे — मी अजिबात घाबरलेलो नाही. (इथेतिथे बघतात — मग बार्बीच्या जवळ जात) तो, तो सबनीस मारे लचकत-मुरडत नाचत होता — काय, काय म्हणत होता—?

बार्बी : ते बिचारे माझ्या प्रेमात पडले आहेत.

बापट : बिचारा कसला—? लबाड माणूस आहे तो — कसलंही तत्त्व नाही. मघाशी त्या बाईशी सलगी करत होता, आता तुझ्याशी. मनातून घाबरलेला, धास्तावलेला माणूस दुसऱ्यावर कसं प्रेम करू शकतो हेच मला कळत नाही—? एन्क्वायरी चालू आहे त्याची — हा अडकणार. त्याची प्रॉपर्टी जप्त होणार — बघत राहा, त्याच्या हातात बेड्या पडणार—

बापट : बार्बी—

बार्बी : काय—?

बापट : सभ्य माणसांनी या शहरात राहावं — अशा लायकीचं हे शहर आता राहीलं नाही. रात्री हा कार्यक्रम संपला की — मी कुणालाही न सांगता इथून निघून जाणार.

बार्बी : अमेरिकेला—?

बापट : नाही. अलिबागजवळ समुद्रावर माझा बंगला आहे. अगदी शांत, सुंदर—

बार्बी : खरंच — समुद्र मला खूप आवडतो.

बापट : तू येशील माझ्याबरोबर तिथे?

[बार्बी अत्यंत प्रेमाने बापटांचा हात हातात घेते. दोघंही संगीताच्या तालावर नाचतात. अचानक बापट-बापट — हाका ऐकू येतात. बापट घाबरतात. हात सोडवून घेतात आणि एका कोपऱ्यात निघून जातात.]

[बार्बी बाबूकडे जाते. त्याच्या सदऱ्याला गुलाबाचं फूल लावते — मग त्याच्याकडे अत्यंत प्रेमाने बघते. त्याला घट्ट मिठीत घेते — प्राध्यापक हे बघतायेत — मग जवळ जातात—]

प्राध्यापक : एस्क्यूज मी — कोणतं पर्फ्युम आहे? अर्थात परदेशीच असणार म्हणा. छान वास आहे. अगदी धुंद व्हायला होतं. बाय द वे — तुला बघितलं की मला काय आठवतं सांगू—?

बार्बी : काय—?

प्राध्यापक : पुरातन भारतीय स्त्रियांची शिल्पं आठवतात—

बार्बी : उघडी-नागडी—?

प्राध्यापक : हेच — तुझं मोकळं बेधडक वागणं आवडतं मला. आमच्याकडे हे नाहीच. सुखाला, आनंदाला आम्ही पाप मानतो. सगळा चोरीचा मामला. काही म्हण — मी तर अगदी तुझ्या मोकळ्याढाकळ्या वागण्याच्या प्रेमातच पडलोय. तू म्हणजे अगदी — अमेरिकन स्वातंत्र्यदेवतेचा पुतळाच आहेस.

बार्बी : प्राध्यापक, मी मुक्त आहे, म्हणजे सहज उपलब्ध आहे असं नका समजू.

प्राध्यापक : छे-छे—

बार्बी : बिछान्यात कोण असावं हे ठरवायचा अधिकार आहे मला—

प्राध्यापक : हे — हेच — हाच मोकळेपणा मला फार आवडतो—

बार्बी : बायऽऽऽ—

[बार्बी निघून जाते — प्राध्यापक गोंधळल्यासारखे उभे — मग त्यांचं बाबूकडे लक्ष जातं.]

प्राध्यापक : बाबू — त्या पोरीच्या नादी फार लागू नकोस. ती तुला फितवेल, आयुष्यातून उठवेल. स्वातंत्र्यदेवतेच्या गोलाईवर भाळला असशील तर

सांगतो. ते सारं खोटं आहे, पोकळ आहे. जपून. एड्स आपल्या देशात फैलावतो आहे. लक्षात ठेव — शेवटी अस्सल देशी ते देशी. मी तुला सावध करतोय. मोहात पडशील आणि हकनाक मरशील.

[बाबूचं बोलण्याकडे लक्ष नाही. तो गुलाब हुंगण्यात दंग आहे. प्राध्यापकांचं गुलाबाकडे लक्ष जातं—]

प्राध्यापक : अरे — अरे हे काय—? हे तुझ्याकडे कसं आलं? या गुलाबाचं महत्त्व तुला कळतच नाही का—? आपल्या इतिहासाबद्दल तुम्हाला काही वाटतच नाही का—? त्या भटकभवानीला, भापवायला, भुलवायला, तू स्वातंत्र्याचा इतिहास वापरतो आहेस — अरेरे...

[फूल हिसकावून घेतात. मागे वळतात — जाधव पेपर वाचताहेत हे बघून ते दचकतात — मग सबनीसांकडे बघतात — सबनीस पेपर वाचताहेत — प्राध्यापक ''सबनीस — सबनीसऽऽऽ'' ओरडत — सबनीसांकडे जातात — त्यांच्या हातातला पेपर हिसकावून घेतात.]

सबनीस : (दचकून) अहो काय झालं—? ओरडताय कशाला—?

प्राध्यापक : ओरडताय कशाला—? (गुलाबाचं फूल दाखवत) हे काय आहे—?

सबनीस : गुलाबाचं फूल आहे.

प्राध्यापक : नाही — नाही सबनीस, हे गुलाबाचं फूल नाही.

सबनीस : अहो प्राध्यापक, असं काय करताय — हे फूलच आहे.

प्राध्यापक : हे फूल नाही — सबनीस हे फूल नाही.

सबनीस : अहो — मग हा काय फणस आहे का?

प्राध्यापक : हा इतिहास आहे इतिहास — याचा सुगंध विश्वात दरवळतो आहे, हे फूल म्हणजे संस्कृती — सभ्यता — रसिकता, शालीनता, कुलीनता — त्याचा हा असा बाजार मांडू नका.

सबनीस : (काळजीच्या सुरात) तुम्हाला काय झालं प्राध्यापक—?

प्राध्यापक : पोटात कळ आली — दहा वाजले. रात्रीचे दहा वाजले. पाच वाजल्यापासून इतिहास अंगावर चढवून मी उभा आहे. वेड लागेल — सबनीस आता मला वेड लागेल. लवकर, लवकर काय ती धिंड काढा म्हणावं आमची — नाहीतर हा इतिहास आमचा बळी घेईल—

[असं म्हणत प्राध्यापक पगडी उचलतात — कागदाच्या कपट्यांचा पाऊस पडतो — सबनीस खो-खो हसायला लागतात. ते वेड लागल्यासारखं हसतच राहतात.]

प्राध्यापक : (भडकून) हसायला काय झालं सबनीस — हसायला काय झालं—?

मी सगळा तमाशा बघतोय — मला चिडवायला पेपर वाचताय — वाचा. कोण भोसडीचा माझं काय वाईट करतो — ते मी बघून घेईन.

आज युनिव्हर्सिटीच्या पेपरफुटी प्रकरणात माझं नाव वर्तमानपत्रात जाहीर झालं म्हणून तुम्हाला गुदगुदल्या होतायेत. तुमच्या मुलीला ९६% मार्कस् कसे मिळाले — सबनीस? प्रश्नपत्रिका मी दिल्या होत्या हे विसरू नका — मी काय कसाही सुटेन — तुमचं प्रकरण सात कोटी रुपयांचं आहे. सुटका नाही सबनीस, बेड्याच पडणार — तुमच्या हातात.

[सबनीस हताश — पांढरेफटक पडतात. त्यांच्यावर अंधार. भजनाचे सूर ऐकू येतात — बापट अत्यंत घाबरलेले — पण भय लपवण्यासाठी तल्लीन होऊन चरख्यावर बसून भजन गातायेत.

रंगमंचावर अत्यंत अंधूक प्रकाश. फक्त जेमतेम हालचाली, आणि वेड्यावाकड्या सावल्या दिसतात. एखाद्या दुःस्वप्नासारखी प्रकाशयोजना. मागच्या खिडकीत छाया — मग हळूहळू खिडकी उघडते. सुभाषबाबू खिडकीतून उडी मारून आत येतात. त्यांच्या हातात टॉर्च, डोक्यावर टोपी आहे. बापटांचं लक्ष जातं.]

बापट : अहो जाधव — तुमची टोपी कुठे मिळाली?

सुभाष : —

बापट : जाधव, जाधवऽऽऽ—

सुभाष : —

बापट : अहो जाधव — असं काय करताय—? रागावलात का—? जाधवऽऽऽ—

सुभाष : (धमकावत) जाधव—? कोण जाधव—?

बापट : जाधव — अहो जाधवऽऽऽ—

सुभाष : मी जाधव नाही.

बापट : मग काय तुम्हाला नेताजी सुभाषचंद्र बोस म्हणू का—?

सुभाष : मी सुभाषचंद्र बोस नाही—

बापट : मग — तुम्ही आहात कोण—?

सुभाष : मी — बापट—

बापट : मग मी कोण—? अहो तुम्ही जाधव — मी, मी बापट.

[सुभाषबाबू हळूहळू पूर्ण वळतात. पहिल्यांदाच ते स्पष्ट दिसतात. सुभाषबाबूंच्या कपड्यात खिडकीतून सतत डोकावणारा गुंड उभा आहे.]

सुभाष : तो साला — तुम बापट है — आं? मेरेको पहलेसे तुम्हारेपेही डाऊट था—

बापट : (दचकून) तू — तू कोण आहेस—?

सुभाष : साला — हमलोगोंको ये हिस्ट्री मालूम नय इसलिए तुम हिस्ट्री के पिछे छुपकर हमलोगोंको चुतिया बनाता है क्या? पर आपुन भी पहुँचा हुआ आदमी है । पब्लिक को तुम चुतिया बना सकता है — हमको नहीं। मै ही तुमको ''बापट बापट'' पुकार रहा था । आपल्याला इतिहास माहीत नाय — कौन नेहरू, कौन गांधी — कौन सुभाषबाबू कुछ मालूम नय — आज बाराच्या आत तुला संपवायचा आहे — नायतर माझा बॉस मला खलास करील. मी तुझ्या मागावर आहे. गेले पाच तास तू मला चुतिया बनवतो आहेस. शेवटी दुकानात मिळाले ते कपडे चढवून मी इथे घुसलो आणि तुला शोधून काढला. (सुभाष पिस्तूल काढतो.) बोल — अब किधर जाएगा — अलिबाग या अमेरिका—?

बापट : मुझे मत मारो — मुझे माफ कर दो — मै — मै — बेकसूर हूँ । मै—

[सुभाष बापटांवर गोळ्या झाडतो. बापट कोसळतात. सुभाष खिडकीतून उडी मारून निघून जातो — प्रकाश पूर्ववत—]

[दुसरीकडून जाधव येतात. बापटांना उठवतात. बापट उठतात. ते भीतीने थरथर कापतायेत. आणि सतत ''मै बापट नहीं हूँ... मै बापट नहीं हूँ...'' असं बरळतायेत.]

जाधव : काय झालं — काय झालं बापट—?

बापट : मै — बापट नहीं हूँ । मै बापट नहीं हूँ । हरामजादे मै बापट नहीं हूँ ।

[असं म्हणत जाधवांच्या थोबाडीत मारतात. अचानक हल्ल्याने जाधव गोंधळतात.]

(अंधार)

४

[प्रकाश बाई आणि बार्बीवर. बार्बीला बाईंचे फोटो काढायचे आहेत.]

बार्बी : मॅडम तलवार हातात घ्या. मेकअप करायचा आहे का?

बाई : नको—

[बाबू प्रवेश करतो. निमूट मागे उभा राहतो. बार्बी फोटो काढता काढता—]

बार्बी : खरं सांगू — मॅडम मला तुमचा हेवा वाटतो. तुम्ही खूप सुंदर दिसता. यू आर ग्लोइंग, मॅडम — यू आर ग्लोइंग. एक्स्क्यूज मी, मॅडम — एक पर्सनल प्रश्न विचारला तर चालेल?

बाई : काय?

बार्बी : आर यू प्रेग्नंट?

बाई : हो—

बार्बी : ओ गॉड! हाऊ एक्सायटिंग! — तुम्ही झांशीच्या राणी आहात — तुम्ही टीचर आहात — आणि होणाऱ्या बाळाच्या आई आहात. भूतकाळ, वर्तमानकाळ आणि भविष्यकाळ... मॅडम या क्षणी तुम्ही तीन काळात जगता आहात.

[बार्बीच्या बॅगेत सेल्यूलर फोन वाजतो.]

बार्बी : एक्स्क्यूज मी, मॅडम. हॅलो — हं — कोण—? हो, हो माझं इथलं काम संपत आलंय — दॅन आय ॲम फ्री. नाही, नाही — रात्री काहीच काम नाही. अरे, मी तुला नाही कसं म्हणणार—? इट्स माय प्लेजर. हो अरे, इथेच गाडी पाठव — हो मी वाट बघते — बायऽऽऽ—

[बाबू फोनवरचं बोलणं ऐकता ऐकता अस्वस्थ होतो.]

बाई : मी, मी...कधीपासून फोन शोधते आहे. मी एक फोन केला तर चालेल का—? खूप उशीर झालाय...पण ...ते घरीच असतील... जागेच असतील.

[बार्बी फोन देते — बाई फोन लावतात.]

हॅलो...हॅलो...अहो, अहो...आवाज नाही का ओळखला — मी बोलते आहे...मी...अहो...ऑफिसात फोन केला तर...काहीच्या काही बोलतात, फिदी-फिदी हसतात, घरी फोन केला तर कुणी उत्तर देत नाही — मी आपली नुसतीच हॅलो, हॅलो किंचाळत राहते, हे...बघा...अहो...ऐकू येतंय ना तुम्हाला...हे बघा फोन खाली ठेवू नका...शपथ आहे तुम्हाला आपल्या बाळाची, अहो असं नका बोलू...हे खरंय...अहो तुम्ही कितीही झिडकारलंत, नाकारलंत तरीही तो दिवसादिवसांनी माझ्या पोटात वाढतो आहे, तुम्ही मला काय वाटेल ते बोला — शिव्या-शाप द्या — पण त्याला असं नका बोलू, तुमच्या अशा बोलण्याने ते करपून जाईल आतल्या आत! (तिच्या डोळ्यात पाणी) हॅलो...अहो...अहो...हॅलो, हॅलो, हॅलो...हॅलो—

[ती बेभान होऊन किंचाळत राहते. बार्बी बाईला सावरायचा प्रयत्न करते. फोन घेऊन पर्समध्ये ठेवते.]

बार्बी : मॅडम — मॅडम शांत व्हा.

बाई : अग, काय झालं बघ — फोन कट झाला असेल, पुनः पुन्हा फोन लाव.

बार्बी : मॅडम — तुम्ही आता कशातरीच दिसता — मॅडम जो तुमचा छळ करतो — त्याच्यासाठी तुम्ही अशा केविलवाण्या का होता—?

बाई : अग, मी आई आहे. भविष्य माझ्या पोटात वाढतंय.

बार्बी : मॅडम — हा भाबडेपणा सोडा. मुक्त व्हा. स्वतःसाठी जगायला शिका.

बाई : म्हणजे काय करू—?

बार्बी : भूत, भविष्य सगळं पुसून टाका — मॅडम ही छळाची निशाणी मिरवण्यापेक्षा तुम्ही ॲबॉर्शन करून मोकळ्या का नाही होत.

[बाबू पुढे येतो — अत्यंत त्वेषाने म्हणतो—]

बाबू : बाई माझ्यावर विश्वास ठेवा. मी काय वाट्टेल ते करू शकतो. तुमचा छळ करणाऱ्या माणसाला मी सोडणार नाही. भडव्याला तुमच्या पायावर आणून टाकीन.

बाई : शट अप! शट अप!

[बाई आत निघून जातात.]

[बार्बी आपल्या बॅगेत कॅमेरा भरते आहे. बॅग उचलते आणि जायला निघते.]

बाबू : कुठे निघालीस—?

[बार्बी फक्त गोड हसते आणि अत्यंत लाडिक आवाजात बायSSS म्हणते.]

बाबू : (वाट अडवत) कुठे निघालीस—? कुठे निघालीस—? आणि मघाशी फोन कुणाचा होता—?

बार्बी : का—?

बाबू : (दरडावत...) मघाशी फोन कुणाचा होता—?

बार्बी : आर यू जेलस बाबू—

बाबू : कोण चुतिया फोनवर बोलत होता—?

बार्बी : माइंड युअर ओन बिझिनेस.

बाबू : काय—?

बार्बी : तू तर माझ्यावर अधिकारच गाजवायला लागलास. माझ्या पर्सनल गोष्टींमध्ये—

बाबू : क्सल्या — कसल्या पर्सनल गोष्टी—? तू तर इथे — झ्थे — चारचौघांसमोर आपला झगा फेडायला निघाली होतीस — तूच अंधारातला झगमगाट दाखवायला निघाली होतीस ना? तूच उतरवलेस ना स्वतःचे कपडे—? मग — बोल. (रागाने तिचा हात पिरगळतो.) बोल — कुणाशी फोनवर प्रेमाची नाटकं करीत होतीस—? कोण बोलत होता फोनवर?

बार्बी : (अत्यंत शांतपणे) भाई — भाईचा फोन होता—

[तो हात सोडतो — शॉक बसल्यासारखा मागे सरकतो]

बाबू : (दुखावल्या स्वरात) कशासाठी फोन केला होता?

बार्बी : आज रात्री मला बोलावलंय—

बाबू : तू-तू थांबणार होतीस ना माझ्यासाठी—? बार्बी...

[तो तिच्या जवळ जाऊ पाहतो.]

बार्बी : (ती हसते...) अरे, तू काय प्रेमाबिमात पडलास की काय माझ्या—?

बाबू : म्हणजे — ते, ते सगळं खोटं होतं—?

[बार्बी हसते.]

[बाहेर गाडीचा हॉर्न वाजतो — बार्बी बायऽऽ म्हणते आणि निघून जाते. बाबू गोंधळल्यासारखा, शक्ती हरवल्यासारखा बघत उभा राहतो. तो तिला अडवूही शकत नाही. जाधव — आतून बाहेर प्रवेश करतात. त्यांची पूर्ण रया गेलेली आहे. त्यांच्या डोक्यावर टोपी नाही. कपडे विस्कटलेले आहेत. ते रुबाबदार, करारी न वाटता वेडसर भासतायत. ''हॉरिबलऽऽऽ हॉरिबलऽऽऽऽ'' असं किंचाळत ते बाहेर येतात. आणि गोंधळलेल्या बाबूशी बोलायला लागतात.]

जाधव : उगाच मी हे सगळं हातात घेतलं असं झालंय — हॉरिबल — सगळं माझ्या हाताबाहेर चाललंय. (चमत्कारिक हसतात...) — त्या प्राध्यापकांना खूळ लागलंय. ते आत पेपर फाडत बसले आहेत. बापट सगळ्यांना मारत सुटले आहेत आणि ती बाई भ्रमिष्टासारखी वागते आहे. (एखादं गुपित सांगितल्यासारखं) ती नवऱ्याबरोबर राहत नाही, पण आपण गरोदर आहोत असं सांगून सगळ्यांकडून सहानुभूती मिळवत सुटली आहे. मला तर त्या बाईचा सायकॉलॉजिकल प्रॉब्लेम झाल्यासारखाच वाटतो आहे. ''गरोदर'' — ''माझ्या पोटात भविष्य वाढतय्''... वगैरे हे सगळं झूट आहे. आपला वांझपणा लपवण्यासाठी तिने हे नाटक सुरू केलंय, आणि आता तिला तेच खरं वाटायला लागलंय. फेक प्रेगनन्सी — दुसरं काय—? तू बघत राहा — ती बाई आपल्याला गोत्यात आणणार. (सुभाषबाबूंसारखा सॅल्यूट करत) — ''आपल्या देशाच्या ह्या निर्णायक क्षणी — आपली प्रतिज्ञा एकच—''

[बाबू त्यांच्याकडे अत्यंत चमत्कारिक नजरेने बघतो आहे. जाधव त्याच्यावर खेकसतात आणि त्याला टाळायला दुसऱ्या कोपऱ्यात निघून जातात.]

[पावलस अत्यंत उत्साहाने, लगबगीने प्रवेश करतो.]

पावलस : अत्यंत आनंदाची गोष्ट सांगायला मी इथे आलेलो आहे. गवरमेंट आणि पोलिसांनी सपशेल माघार घेतलेली आहे. आपल्या मिरवणूकीला परवानगी भेटली आहे. तुमच्यासारख्या लोकांच्या आशीर्वादाने भाईचा विजय झाला आहे, भाईंचा विजय म्हणजे तुमचा विजय — आजचा कार्यक्रम दणकावून झाला पायजे — दुसरी एक बातमी — अफवा पन असू शकेल — पन घाबरायचं काय कारण नाय — या मिरवणूकीत इस्माईल भाईची मानसं गडबड

करण्याची शक्यता आहे. (सर्व घाबरतात.) पण नाक्यानाक्यावर आमची मानसं पेरून ठेवलेली आहेत. गडबड करणाऱ्यांना तिथल्या तिथे उडवायचा बंदोबस्त केलेला आहे — तुम्ही तयार राहा. नारळ फुटला की जयहिंद म्हणून मिरवणूक निघेल.

[सर्व अत्यंत उत्साहाने पुन्हा तयारीला लागतात.]

[बाई पुढे येतात. पावलस समोर उभ्या राहतात.]

बाई : मी या मिरवणुकीत येणार नाही.

[बाईच्या निर्णयाने सर्व दचकतात. पावलस हात जोडून नम्रपणे बाईंसमोर उभा राहतो.]

पावलस : ताई, आमचं काय चुकलं असेल तर माफ करा, बाई, तुमचं कॉप्रेशन पायजे.

बाई : (ठामपणे) माझा निर्णय झालाय — मी यात सहभागी होणार नाही.

पावलस : ताई, शासनाने माघार घेतली, पोलीस घाबरले. ताई, आता तुम्ही असं करू नका. ताई, तुम्ही आम्हाला बहिनीसारख्या, हात जोडतो, भाईला अडचणीत आणू नका.

प्राध्यापक : बाई, एवढा वेळ आपण थांबलो — थोडक्यासाठी आता कशाला — रस्त्यावर माणसं खोळंबलेली आहेत, आपण सर्वसामान्यांचा विचार करायला हवा.

पावलस : आता विचार करू नका, चला बाई — उशीर होतोय—

बाई : मी सर्व विचार करूनच निर्णय घेतलाय — बायऽऽऽ

[बाई पर्स उचलून बाहेर जायला निघतात. सगळे घाबरलेले. पावलस ओरडतो.]

पावलस : बाई — कुठे चाललात—? बाहेर आमची मानसं उभी आहेत — [एवढा वेळ अत्यंत नम्र, शांत वाटणारा पावलस आता अत्यंत क्रूर, हिसंक वाटू लागतो. तो वाट अडवून बाईंच्या समोर उभा राहतो. इतर सर्व घाबरून अंग चोरून थरथरत उभे. पावलस डोळ्यातून आग ओकत त्यांच्याकडे बघतो.] तुमच्या आयला कुनी या बाईला चढवला — ही बाई कुनाच्या जीवावर डेअरिंग करते — आज आम्ही हे कपडे तुमच्या अंगावर चढवले तर तुमच्या आयला तुम्ही स्वतःला एकदम गांधी-नेहरूच समजायला लागला. ही बाय स्वतःला भारतमाताच समजायला लागली — (पटकन बाईंचा हात धरतो) — ये तुझ्या आयला, तुझ्यासारख्या छपन्न चवल्या-पावल्या ट्रकवर नाचवीन मी — (बाईंना धक्का मारतो — बाई खाली पडतात. गांधी, नेहरू, सुभाष, टिळकांच्या वेषातले सारे थिजल्यासारखे उभे) बाबूऽऽऽ...

[बाबू जवळ येतो. मान खाली घालून उभा राहतो.]

पावलस : (खिशातून पिस्तूल काढून बाबूला देत) बाबू हे पिस्तूल. घेऊन ये
सगळ्यांना. कुनी येत नसेल तर चालव गोळी. एकाने जरी गडबड केली तर
बाहेरून कडी घाल — अंगार लावून टाक — नामो निशाणी उरता कामा नये
या भडव्यांची — पुढचं सगळं आम्ही बघून घेऊ—

[—अचानक बाहेरून रक्ताने माखलेला एक तरुण किंचाळत प्रवेश करतो.
त्याच्या हातात तलवार. तलवारीवरून रक्त ओघळतय.]

तरुण : पावलसऽऽऽ पावलसऽऽऽ बाहेर राडा झाला—

[पावलस रागाने थरथरायला लागतो. आणि त्या तरुणाबरोबर किंचाळत
प्रतिहल्ला करण्यासाठी बाहेर निघून जातो. सगळे घाबरलेले, धास्तावलेले...
दूर कुठेतरी बाँब फुटल्याचा आवाज. बाबू बाईच्या दिशेने पिस्तूल रोखतो...]

बाबू : बाई... चला...

[बाई सावकाश, न घाबरता त्याच्या जवळ जातात. त्याच्या डोळ्यात बघतात.
आईच्या मायेने त्याच्या केसातून हात फिरवतात. बाबू गडबडतो, बाबूच्या
डोळ्यात पाणी... मग अचानक बाबू सावरतो. हिंसक होतो. बाईंना झिडकारतो
आणि किंचाळतो.]

बाबू : बाईऽऽऽ मी कोणत्याही थराला जाऊ शकतो. मी गोळी चालवीन.

[हे सगळं बघत असलेला छोट्या ओरडतो — ''बाबूऽऽऽ'' पुढे येतो आणि
बाबूला म्हणतो—]

छोट्या : बाबू तिला मारू नकोस.

[बाबू त्याला जोरात ढकलतो. छोट्या बाईच्या पायाशी जाऊन पडतो. बाई
छोट्याला जवळ करतात.]

छोट्या : (गयावया करत—) बाबू तिला मारू नकोस. आयशप्पथ बाबू. तिच्या
पोटात बाळ आहे. बाळाने म्हटलेलं गाणं मी ऐकलंय.

[बाहेर ढोल-ताशाचा आवाज. हळूहळू बाबूच्या हातातलं पिस्तूल गळून पडतं.
छोट्या इकडेतिकडे बघतो. हळूच खिशातून सुभाषबाबूंची टोपी काढतो.
डोक्यावर चढवतो. दुसऱ्या खिशातून गांधींचा चष्मा काढतो. डोळ्यावर
चढवतो. सगळ्यांकडे बघत निरागस हसतो. मोठा झेंडा उचलून रंगमंचावर
धावत सुटतो. रंगमंच प्रकाशाने उजळून निघतो. हळूहळू बाई, बाबू त्याला
सामील होतात. एका नवीन शोभायात्रेला सुरुवात होत असल्याचा भास
होताहोताच...]

(पडदा)

www.ingramcontent.com/pod-product-compliance
Lightning Source LLC
LaVergne TN
LVHW020135230825
819400LV00034B/1176